തൂവൽ കുപ്പായക്കാർ

thooval kuppayakkar
children's literature

•

c rahim

•

first chintha edition
september 2009

•

second edition
january 2011

•

published
chintha publishers, thiruvananthapuram

•

typesetting
akshara dtp centre, thiruvananthapuram

•

cover
ambeesh kumar

വിതരണം

ദേശാഭിമാനി ബുക്ക് ഹൗസ്

H O തിരുവനന്തപുരം–695 001

ബ്രാഞ്ചുകൾ

ഓവർബ്രിഡ്ജ് തിരുവനന്തപുരം • കെ എസ് ആർ ടി സി ബസ് സ്റ്റേഷൻ ആലപ്പുഴ • കെ എസ് ആർ ടി സി ബസ് സ്റ്റേഷൻ എറണാകുളം • കലൂർ കൊച്ചി • ഐ ജി റോഡ് കോഴിക്കോട് • മാവൂർ റോഡ് കോഴിക്കോട് • എൻ ജി ഒ യൂണിയൻ ബിൽഡിങ് കണ്ണൂർ • സെൻട്രൽ ബസ് ടെർമിനൽ കോംപ്ലക്സ് താവക്കര കണ്ണൂർ • മച്ചിങ്ങൽ ലെയ്ൻ തൃശൂർ

CR - 1063 / 2641

തൂവൽ കുപ്പായക്കാർ

സി റഹിം

ചിന്ത പബ്ലിഷേഴ്സ്
തിരുവനന്തപുരം-695 001

സി റഹിം

1968–ൽ ആലപ്പുഴ ജില്ലയിൽ നൂറനാട് നെടിയത്തുവീട്ടിൽ ജനിച്ചു. അച്ഛൻ: ചെല്ലപ്പൻ റാവുത്തർ, അമ്മ: മുഹമ്മദ് അമ്മാൾ.

സിബിഎം ഹൈസ്കൂൾ, കായംകുളം എംഎസ്എം കോളേജ് എന്നിവിടങ്ങളിൽ വിദ്യാഭ്യാസം. സ്റ്റാറ്റിസ്റ്റിക്സിൽ ബിരുദം. സാമൂഹ്യശാസ്ത്രത്തിൽ ബിരുദാനന്തരബിരുദകോഴ്സ് പൂർത്തിയാക്കി.

ഇക്കോളജി & എൻവയോൺമെന്റ്, പബ്ലിക് റിലേഷൻ ജേർണലിസം എന്നിവയിൽ പോസ്റ്റ് ഗ്രാജ്യുവേറ്റ് ഡിപ്ലോമ നേടി. *ഇന്ത്യ റിവ്യൂ*, *മാധ്യമം* ദിനപത്രം എന്നിവയിൽ കുറച്ചുകാലം പത്രപ്രവർത്തകനായി ജോലിചെയ്തു. ഇപ്പോൾ സൗദി അറേബ്യയിൽ നിന്ന് പ്രസിദ്ധീകരിക്കുന്ന *മലയാളംന്യൂസ്* പത്രത്തിന്റെ തിരുവനന്തപുരത്തെ റിപ്പോർട്ടർ. 1987–ൽ നൂറനാട് പരിസ്ഥിതി പ്രവർത്തനങ്ങൾക്കായി 'ഗ്രാമശ്രീ' എന്ന സംഘടന സ്ഥാപിച്ചു. എം പി മന്മഥനോടൊപ്പം മദ്യനിരോധനസമരങ്ങളിൽ പ്രവർത്തിച്ചിട്ടുണ്ട്.

തൈക്കാവിലെ ഉറുമ്പുകൾ, ഗച്ഛാമി (നോവലുകൾ), *തൂവൽക്കുപ്പായക്കാർ, വീട്ടുവളപ്പിലെ പക്ഷികൾ, കുട്ടികളും കിളികളും, കേരളത്തിലെ 21 പക്ഷികൾ* (പക്ഷിപുസ്തകങ്ങൾ), *നാട്ടുമാമ്പഴം* (സ്മരണ), *പുഴ വെറും ജലമല്ല* (ലേഖനസമാഹാരം), *പരിസ്ഥിതിയുടെ രാഷ്ട്രീയം* (എഡിറ്റർ) എന്നീ പുസ്തകങ്ങൾ പ്രസിദ്ധീകരിച്ചിട്ടുണ്ട്. കൈരളി ടിവിക്കുവേണ്ടി സംസ്ഥാനത്തിനകത്തും പുറത്തും സഞ്ചരിച്ച് പക്ഷികളെക്കുറിച്ച് *കിളിവാതിൽ* എന്ന പേരിൽ നൂറിലധികം വരുന്ന എപ്പിസോഡുകളുടെ രചനയും സംവിധാനവും നിർവഹിച്ചു.

ഭാര്യ : പ്രിയ

മക്കൾ: അമൽ, അഖില

സമർപ്പണം

ദിലുവിനും അച്ചുവിനും
അമലിനും അഖിലയ്ക്കും

ഒന്ന്

നല്ല തണുപ്പുള്ള വെളുപ്പാൻകാലം. മൂടിപ്പുതച്ചു കിടന്നുറങ്ങാൻ ഒരു പ്രത്യേക സുഖം. മുറ്റത്തുള്ള തൈമാവിൽനിന്ന് മണ്ണാത്തിപ്പുള്ളിന്റെ സുന്ദരമായ പാട്ടു കേൾക്കാൻ തുടങ്ങിയിട്ട് നേരമേറെയായി. ഈ തണുത്ത വെളുപ്പാൻകാലവും മണ്ണാത്തിപ്പുള്ളിന്റെ സുന്ദരമായ പാട്ടും അവസാനിക്കാതിരുന്നെങ്കിൽ! ചുവരിലെ ക്ലോക്കിൽ ഏഴടിച്ചു.

"അയ്യോ! സമയം ഏഴോ?"

ദൈവമേ ഓഫീസിലേക്കുള്ള വണ്ടി എട്ടഞ്ചിനാണ്. അതുപോയാൽ പിന്നെ അവിടെ സമയത്തെത്തുക വിഷമം തന്നെ. പുതപ്പു വലിച്ചെറിഞ്ഞ് അയാൾ അടുക്കളയിലേക്ക് ഓടി. സ്റ്റൗവ് കത്തിച്ച് ചായക്കു വെള്ളം വച്ചിട്ട് ബ്രഷുമെടുത്ത് മുറ്റത്തിറങ്ങി. ഇവിടെ ജോലിയായതിൽപ്പിന്നെ ഏതു സാഹചര്യത്തിലും ജീവിക്കാമെന്ന മട്ടായിട്ടുണ്ട്. നാട്ടിലായിരുന്നപ്പോൾ അമ്മ കൊണ്ടുതരുന്ന ചൂടുചായ കുടിച്ചാണ് ഉണർന്നിരുന്നത്. ഇവിടെയിപ്പോൾ ചൂടുചായ മാത്രമല്ല വല്ലതും കഴിക്കാനും തന്നത്താൻ ഉണ്ടാക്കണം. ഹോട്ട

ലിൽനിന്നും വല്ലതും കഴിച്ചാലോ അന്ന് വയറ്റിനസുഖം തീർച്ച. പിന്നെന്തിനു കൈയിലെ കാശുകൊടുത്ത് രോഗം വിളിച്ചു വരുത്തണം. പല്ലു തേയ്ക്കുന്നതിനിടയിൽ തൈമാവിൽ വന്നിരുന്ന് ഇന്നത്തെ പ്രഭാതത്തിനു സംഗീത വിരുന്നൊരുക്കിയ പക്ഷികളെ നോക്കാതിരിക്കാൻ കഴിഞ്ഞില്ല. പ്രകൃതി അഴകും സംഗീതവും ഒന്നിച്ച് ഈ മണ്ണാത്തിപ്പുള്ളുകൾക്കു നൽകിയിരിക്കുന്നു! ആരുടെയും മനം കവരാൻ കഴിവുള്ള ഈ ചെറുപക്ഷികൾ ചുറുചുറുക്കോടെ പാടുന്നതു കേൾക്കാൻ എന്തു രസം. ഓ! ഇത് മാർച്ചുമാസമാണല്ലോ. മണ്ണാത്തിപ്പുള്ളുകൾ കൂടൊരുക്കുന്ന കാലം. അതാണിവർ ഇത്രയേറെ അണിഞ്ഞൊരുങ്ങിയിരിക്കുന്നത്. നാട്ടിലെ തറവാട്ടുമുറ്റത്തെ ചാമ്പമരത്തിലും പുളിമര

ത്തിലും ഞാവൽ മരത്തിലും മാറിമാറിയിരുന്ന് രാവിലെയും വൈകുന്നേരങ്ങളിലും മണ്ണാത്തിപ്പുള്ളുകൾ സംഗീതസദസ്സ് നടത്തുന്നുണ്ടാവും. അശ്വതിക്കുട്ടി ഇതൊക്കെ ശ്രദ്ധിക്കുന്നുണ്ടാവുമോ എന്തോ? പണ്ട് വീട്ടുമുറ്റം സ്വന്തമാക്കാനെത്തിയിരുന്ന ഈ സംഗീതവിദ്വാന്മാർക്ക് കളിച്ചു രസിക്കാൻ ഒരു ചട്ടി നിറച്ചു വെള്ളമൊഴിച്ച് വീടിന്റെ കോലായിലോ, തൊഴുത്തിന്റെ തിണ്ണയിലോ വയ്ക്കുമായിരുന്നു. പാട്ടുനിർത്തി ഇടക്കിടയ്ക്ക് ചട്ടിയിൽ വന്നിരുന്ന് വെള്ളം കുടിക്കുകയും മറ്റുചിലപ്പോൾ വെള്ളത്തിലിറങ്ങി ചിറകിട്ടടിച്ച് വെള്ളം തെറിപ്പിച്ചു കളിക്കുകയും ചെയ്യും. മിന്നൽപോലെ പറന്ന് മാവിലിരുന്ന് പൂട വിടർത്തി കുടയും. വീണ്ടും ചട്ടിക്കരികിൽ വന്നിരുന്ന് ചിറകുവിരിച്ച് നൃത്തംചെയ്യും. ഇങ്ങനെ എന്തെല്ലാം വികൃതികളാണവർ കാട്ടുക. മണ്ണാത്തിപ്പുള്ളുകളുടെ ഈ വേലത്തരങ്ങൾ അടുത്തുനിന്ന് കാണാൻകഴിയുന്ന ചട്ടിസൂത്രം അശ്വതിക്കുട്ടിക്കറിയുമോ ആവോ? എന്തായാലും ഇന്ന് ഓഫീസിൽനിന്ന് തിരികെവന്നാൽ ഉടൻതന്നെ അവൾക്കൊരു കത്തെഴുത

ണം. മണ്ണാത്തിപ്പുള്ളുകളെക്കുറിച്ചുള്ള കൂടുതൽ വിവരങ്ങൾ അവളെ അറിയിക്കണം. മുതുകാട്ടുകര ചൂട്ടുകമ്പത്തിന് പോകാത്തതിന് മുഖം വീർപ്പിച്ചിരിക്കയാവും. അവളെനിക്കെഴുതിയ കത്തിന് ഇതുവരെ മറുപടിയും എഴുതാനായില്ല. പാവം. കത്തു പ്രതീക്ഷിച്ചിരിക്കുന്നുണ്ടാവും. ശിവരാത്രി ഉത്സവത്തിന് നാട്ടിൽ വരുന്നുണ്ടെന്നറിയിക്കുമ്പോൾ അവൾക്ക് സന്തോഷമാവും. അശ്വതിക്കുട്ടി എന്റെ മൂത്ത ചേച്ചിയുടെ മകളാണ്. നാട്ടിൽ എന്റെ അച്ഛന്റെയും അമ്മയുടെയും കൂടെനിന്ന് പഠിക്കുന്നു. ചേച്ചിയും ഇളയകുട്ടി അരുണും അളിയന്റെകൂടെ ബാംഗ്ലൂരാണ്. അശ്വതിക്കുട്ടിക്ക് അപ്പൂപ്പന്റെയും അമ്മൂമ്മയുടെയും കൂടെ നാട്ടിൽനിന്ന് പഠിക്കാനാണിഷ്ടം. അവർക്ക് അവളൊരു കൂട്ടുമായി. നാട്ടിലെ വീടിനടുത്ത് അമ്മ പഠിപ്പിക്കുന്ന സ്കൂളിൽ തന്നെയാണ് അവളും പഠിക്കുന്നത്. ഏഴാം ക്ലാസിൽ. അവൾക്ക് പക്ഷികളെയും ചിത്രശലഭങ്ങളെയും കുറിച്ചൊക്കെ അറിയാൻ വലിയ ഇഷ്ടമാണ്. ഞാൻ നാട്ടിൽ പോകുമ്പോഴൊക്കെ അവളെയും കൂട്ടി രാവിലെയും വൈകുന്നേരവും പുഴവക്കത്തൂടെയും വയലുകളിലൂടെയും തെങ്ങിൻ തോപ്പുകളിലൂടെയുമൊക്കെ നടക്കാനിറങ്ങും. വയൽവരമ്പുകളിൽ പമ്മിയിരുന്ന് തവളകളെയും ചെറുമീനുകളെയും കൊത്തി

വിഴുങ്ങുന്ന മുണ്ടികളെയും കുളക്കൊക്കുകളെയും കുളക്കോഴികളെയും ഞാനവൾക്കു കാണിച്ചുകൊടുക്കും. പുഴകളുടെ മുകളിൽ ഹെലികോപ്ടർ പോലെ ചിറകടിച്ചുനിന്ന് ശരംപോലെ പുഴയിലേക്ക് വീണ് മീൻ കൊത്തി പറക്കുന്ന പുള്ളി മീൻകൊത്തിയേയും വെള്ളത്തിലൂടെ മുങ്ങാംകുഴിയിട്ട് ബഹുദൂരം പോയി മീൻ പിടിക്കാൻ കഴിവുള്ള നീർകാക്കകളെയും എത്രനേരം നോക്കിനിന്നാലും അവൾക്കു മതിവരില്ല. ഇവിടെ ജോലിയായതിൽപ്പിന്നെ ഒന്നിനും കഴിയുന്നില്ല. ഇപ്പോളവൾ മുത്തച്ഛനെയും കൂട്ടി നടക്കാനിറങ്ങും. തെങ്ങിലോ കവുങ്ങുകളിലോ തുളയിട്ടു കൂടുകൂട്ടുന്ന പക്ഷികളെ കണ്ടാലുടൻ അവളെനിക്ക് അവയുടെ ഓരോ സ്വഭാവങ്ങളെക്കുറിച്ച് അറിയാനായി കത്തെഴുതും. എനിക്കറിയാവുന്ന കാര്യങ്ങൾ ഞാനവളെ ഉടൻ എഴുതിയറിയിക്കും. അറിയാത്തവ ലൈബ്രറിയിൽ ചെന്ന് പക്ഷികളുടെ ജീവിതരീതികളെയും സ്വഭാവങ്ങളെയും കുറിച്ച് വിവരിക്കുന്ന ഗ്രന്ഥങ്ങൾ വായിച്ച് വിവരങ്ങൾ എഴുതിയറിയിക്കും. പക്ഷികളോടുള്ള അവളുടെ സ്നേഹം പലപ്പോഴും എന്നിൽ കൗതുകം ജനിപ്പിക്കാറുണ്ട്. ഗേറ്റനങ്ങുന്ന ശബ്ദം കേട്ടപ്പോഴാണ് ഓർമകളിൽ നിന്ന് ഉണർന്നത്. സ്റ്റൗവിൽ വച്ചിരുന്ന വെള്ളം തിളച്ചു വറ്റാറായിക്കാണും. ഞാനെന്തൊക്കെയോ ഓർത്തുനിന്ന് സമയം പോയതറിഞ്ഞില്ല. ഗേറ്റുതുറന്ന് ഉള്ളിൽ വന്ന പാലുകാരൻ പയ്യനോട് വെറുതെ

പറഞ്ഞു: "വെള്ളം തിളച്ചു വറ്റാറായി. താനെന്താ ഇന്നിത്ര താമസിച്ചത്?"

"പാലുകിട്ടാതെ അടുപ്പത്ത് വെള്ളം വയ്ക്കാൻ ഞാൻ സാറിനോട് പറഞ്ഞോ?"

എന്ന മറുചോദ്യമായിരുന്നു പയ്യന്റെ ഉത്തരം. തെറിച്ച പയ്യനാണ്. അവനോട് കൂടുതൽ സംസാരിക്കാതിരിക്കുന്നതാണ് ഭംഗി. അതുകൊണ്ട് പാലും വാങ്ങി നേരെ അടുക്കളയിലേക്ക് ഓടി. അങ്ങനെ ഇവിടത്തെ ഒരു മുഷിപ്പൻ ദിവസംകൂടി ആരംഭിക്കുകയായി.

പതിവുപോലെ സൂര്യൻ ആഴക്കടലിൽ കുളിക്കാനിറങ്ങി. വാടക ക്കെട്ടിടത്തിന്റെ മണൽ വിരിച്ച മുറ്റത്ത് ചാരുകസേരയിലിരുന്ന് എഴുത്തുപലകയിൽ ഇൻലന്റ് നിവർത്തിവച്ച് മണ്ണാത്തിപ്പുള്ളുകളെക്കുറിച്ച് വായിച്ചറിഞ്ഞതും നിരീക്ഷിച്ചറിഞ്ഞതുമായ ഓരോ കാര്യങ്ങൾ ചിട്ടയായി മനസിലോർക്കാൻ ശ്രമിച്ചു. എല്ലാ വിവരങ്ങളും ഇതിലെഴുതുക ബുദ്ധിമുട്ട് തന്നെ. അതുകൊണ്ട് പ്രധാന കാര്യങ്ങൾ മാത്രമവളെ ഒന്നോർമിപ്പിക്കാൻ ശ്രമിക്കാം എന്നു കരുതി പതുക്കെ എഴുതിത്തുടങ്ങി.

തിരുവനന്തപുരം

10.06.1998

പ്രിയപ്പെട്ട അശ്വതിക്കുട്ടിക്ക്,

നിന്റെ കത്ത് കിട്ടിയിരുന്നു. കാര്യങ്ങളറിയിച്ചതിൽ സന്തോഷമുണ്ട്. നീ പരീക്ഷയൊക്കെ നന്നായി എഴുതിക്കാണുമെന്ന് കരുതുന്നു. അമ്മയ്ക്കു ഞാനൊരു കത്തയച്ചിരുന്നു. അതവിടെ കിട്ടിയോ? ഇവിടെ, ഇന്ന് പതിവിനു വിപരീതമായി നല്ല തണുത്ത പ്രഭാതമായിരുന്നു. കാതിനു കുളിരേകുന്ന മണ്ണാത്തിപ്പുള്ളിന്റെ പാട്ടു കേട്ട് ഉണരാനും കഴിഞ്ഞു. അവിടെ നീയും മണ്ണാത്തിപ്പുള്ളിന്റെ പാട്ട് മിക്കദിവസങ്ങളിലും കേൾക്കുന്നുണ്ടായിരിക്കും. പക്ഷികൾ ഇങ്ങനെ നീട്ടി പാടുമ്പോൾ അവരുടെ പാട്ട് മുഴങ്ങുന്ന പ്രദേശം മുഴുവൻ അവരുടെ സ്വന്തമായി തീരുന്നുവെന്ന പക്ഷികളുടെ ഇടയിലെ നിയമം നിനക്കറിയോ? ഇങ്ങനെ രസകരമായ പല നിയമങ്ങളും പക്ഷികളുടെ ഇടയിലും ഉണ്ട്. ഒരാൺപക്ഷി ഇങ്ങനെ നീട്ടി പാടുമ്പോൾ അതുവഴി ആ പ്രദേശത്തിന്റെ മേലുള്ള തന്റെ ഉടമസ്ഥാവകാശം കൂടി വെളിപ്പെടുത്തുന്നു. ഈ അതിർത്തി ഏതെങ്കിലും പക്ഷികൾ ലംഘിക്കാൻ ശ്രമിച്ചാൽ പാട്ടുകാരൻ പക്ഷി അവയെ കൊത്തി തുരത്തും. ഇഷ്ടമുള്ള പിടയെ കണ്ടെത്തിയാലുടൻ ഇവർ തങ്ങളുടെ അതിർത്തിക്കുള്ളിൽ കൂടുപണി ആരംഭിക്കും. ചിലയിനം പക്ഷികളിൽ പിടയും പൂവനുംകൂടി ഒരുമിച്ചാണ് കൂടുപണിയുന്നത്. തൂക്കണാംകുരുവികളുടെ കൂട്ടത്തിലെ നിയമം ആൺപക്ഷികൾ കൂടൊരുക്കണമെന്നാണ്. ഇങ്ങനെ കൂടു

പണിയുന്നത് തൊട്ട്, മുട്ടയ്ക്ക് അടയിരിക്കുന്നതിൽ, കുഞ്ഞിനെ വളർത്തുന്നതിൽ തുടങ്ങി പല കാര്യങ്ങളിലും വളരെ വ്യത്യസ്തമായ നിയമങ്ങളാണ് വിവിധ ജാതി പക്ഷികളിലുള്ളത്. നിനക്ക് പക്ഷികളെക്കുറിച്ചുള്ള കൂടുതൽ വിവരങ്ങൾ കുറച്ചുകൂടി വലുതാവുമ്പോൾ പുസ്തകങ്ങൾ വായിച്ച് മനസിലാക്കാവുന്നതാണ്. മണ്ണാത്തിപ്പുള്ളുകൾക്ക് ഈ പേര് കിട്ടുവാൻ കാരണമെന്താണെന്ന് നീ ചിന്തിച്ചിട്ടുണ്ടോ? അവറ്റകൾ കൂടെക്കൂടെ തങ്ങളുടെ നീണ്ട വാലുകൾ അലക്കുകാർ (മണ്ണാത്തികൾ) മുണ്ട് കല്ലിലടിച്ച് അലക്കുന്നതിനെ അനുസ്മരിപ്പിക്കുമാറ് പൊക്കുകയും താഴ്ത്തുകയും ചെയ്യുന്നതുകൊണ്ടാണെന്നാണ് ചിലർ അഭിപ്രായപ്പെടുന്നത്. മണ്ണാത്തികളുടെ നിറം വെയിലുകൊണ്ട് കറുത്തതാണെങ്കിലും അലക്കി വെളുപ്പിച്ച മുണ്ടും പാവുമുണ്ടും ധരിച്ചാണവർ പുറത്തിറങ്ങുക. ഇതിനെ ഓർമിപ്പിക്കുന്നതാണ് ഈ ചെറുപക്ഷികളുടെ നിറവിന്യാസം. അതുകൊണ്ടാണ് ഈ പേരുകിട്ടിയതെന്നും പറയപ്പെടുന്നു. ഇങ്ങനെ എന്തെല്ലാം കാര്യങ്ങൾ ഈ മണ്ണാത്തിപ്പുള്ളുകളെക്കുറിച്ച് നമുക്കറിയാൻ കിടക്കുന്നു! നീ എന്തായാലും പക്ഷികളിലുള്ള കൗതുകവുമായി മുന്നോട്ടുതന്നെ പോവുക. ഈ കുഞ്ഞമ്മാവന്റെ എല്ലാവിധ സഹായവും ഉണ്ടാകും. ശിവരാത്രി ഉത്സവത്തിനോടടുത്ത് ഞാൻ വീട്ടിലേക്ക് വരുന്നുണ്ട്. നിനക്ക് വായിച്ചുപഠിക്കാൻ കെ കെ നീലകണ്ഠന്റെ (ഇന്ദുചൂഡൻ) *കേരളത്തിലെ പക്ഷികളു*ടെ ഒരു കോപ്പിയും ഞാൻ വാങ്ങിക്കൊണ്ട് വരാം.

സ്നേഹത്തോടെ,
സ്വന്തം കുഞ്ഞമ്മാവൻ

രണ്ട്

കാവുമുക്കിൽ വണ്ടി ഇറങ്ങിയപ്പോൾ ഒരാശ്വാസം. എന്തെന്നില്ലാത്തൊരു സുരക്ഷിതാബോധം. പട്ടണത്തിലെ യാന്ത്രികജീവിതത്തിന് വേണ്ടുന്ന ഊർജം ഇടയ്ക്കിടക്കുള്ള ഈ യാത്രയാണല്ലോ തരുന്നതെന്ന് മനസിലോർത്തു. അന്തരീക്ഷത്തിനൊരു കൂരാപ്പ്. വേനൽമഴ അടുത്തുതന്നെയുണ്ടാകുമോ? വഴിയോരത്ത് പരമുനായരുടെ ചായപ്പീടികയിൽ കയറി ചായ കുടിച്ചു. നാട്ടുവിശേഷങ്ങളൊക്കെ ചോദിച്ചറിഞ്ഞു. അത്ഭുതങ്ങളൊന്നും സംഭവിക്കാതെ ജീവിതം തികച്ചും ശാന്തമായൊഴുകുകയാണ്. ചെമ്മൺ പാതയിൽ പറങ്കിമാവിന്റെ ഇല വീണുകിടക്കുന്നത് കാണാൻ നല്ല അഴക്. വീട്ടുപടിക്കലെത്തിയപ്പോഴേ അശ്വതിക്കുട്ടിയുടെ ഒച്ചകേട്ടു.

"അമ്മൂമ്മേ, ദാ, കുഞ്ഞമ്മാവൻ വരുന്നു."

അവളോടി പടിക്കലേക്ക് വന്നു.

"നിന്റെ പരീക്ഷയൊക്കെ എങ്ങനെയിരുന്നു?"

"ങാ! ഭംഗിയായി എഴുതി, എവിടെ കുഞ്ഞമ്മാവാ പുസ്തകം കൊണ്ടുവരാമെന്ന് പറഞ്ഞത്?"

"പുസ്തകം ബാഗിലുണ്ട്. നീ ധൃതി കൂട്ടാതെ. അതൊക്കെ പതുക്കെ എടുത്തു തരാം." ഞാൻ പറഞ്ഞു.

അമ്മ അപ്പോഴേക്കും അടുക്കളയിൽനിന്നും കോലായിലേക്ക് വന്നു. അശ്വതിക്കുട്ടി എന്റെ ബാഗും തൂക്കി തുള്ളിച്ചാടി വീട്ടിനുള്ളിലേക്കോടി.

"നിന്റെ യാത്ര സുഖമായിരുന്നോ?"

അമ്മയുടെ കുശലാന്വേഷണം.

"ങാ! യാത്രയൊക്കെ സുഖമായിരുന്നു. അച്ഛനെവിടമ്മേ?"

"അച്ഛൻ പുറത്തേക്കിറങ്ങിയതാ. ചിലപ്പോൾ ആ ജോർജിന്റെ വീടുവരെയൊന്നു പോകുമെന്ന് പറഞ്ഞു. കുറച്ച് തേങ്ങയുടെ കാശ് കിട്ടാനുണ്ട്. ഒരു മാസമായതാ. ഇതുവരെ അയാളതു കൊണ്ടുവന്നുതന്നില്ല."

ഞാൻ ഡ്രസുമാറുന്നതിനിടയിൽ അമ്മയുടെ വിളി അടു

ക്കളയിൽനിന്ന് കേട്ടു. യാത്ര കഴിഞ്ഞു വന്നാലുടൻ എണ്ണ ഉച്ചിയിൽ തിരുമ്മി ഒന്നു മുങ്ങിക്കുളിച്ചേ ഭക്ഷണം കഴിക്കാനിരിക്കാൻ പാടുള്ളുവെന്ന അമ്മയുടെ ഓർമപ്പെടുത്തൽ. ഞാൻ പതിവ് തെറ്റിച്ചില്ല. ഉച്ചിയിൽ കാട്ടുകാച്ചിലും കയ്യോന്നിയും കുണുക്കിട്ടാട്ടിയുമൊക്കെ ചേർത്ത് കാച്ചിയെടുത്ത എണ്ണ തേച്ച് പതിയെ കുളക്കടവിലേക്ക് നടന്നു. പെട്ടെന്ന് കൈതക്കാട്ടിലൊരു മിന്നൽപ്പിണർ! സൂക്ഷിച്ചു നോക്കിയപ്പോഴാണ് ആളിനെ പിടികിട്ടിയത്. നാകമോഹൻ! എന്തൊരഴകാണീ പക്ഷിക്ക്. അറബിക്കഥകളിൽ വായിച്ച വല്ല സ്വർഗസുന്ദരിയുമാണോയെന്ന് തോന്നിക്കുന്നത്ര അഴക്. സൗന്ദര്യാസ്വാദകരല്ലാത്തവരെപ്പോലും ആനന്ദിപ്പിക്കാൻ തക്ക സൗന്ദര്യം പ്രകൃതി ഈ പക്ഷിക്ക് നൽകി അനുഗ്രഹിച്ചിരിക്കുന്നു. തലയ്ക്കും കിരീടം ചൂടിയതുമാതിരി എഴുന്നുനിൽക്കുന്ന ശിഖയ്ക്കും നല്ല കറുപ്പ്. ഒതുങ്ങിയ ശരീരവും നീണ്ട തൂവെള്ള വാലും. ഇത് തീർച്ചയായും ആൺനാകമോഹൻ തന്നെ. പെട്ടെന്ന് റോക്കറ്റു

പോലെ ചീറി അന്തരീക്ഷത്തിൽ ഒരു മിന്നൽപ്പിണർ സൃഷ്ടിച്ചിട്ട് ആ പക്ഷി ഒരു കൈത്തണ്ടിലിരുന്നു.

ഞാൻ നീട്ടിവിളിച്ചു "അശ്വതിക്കുട്ടീ" അവൾ വീട്ടിനുള്ളിൽനിന്ന് മുറ്റത്തേക്ക് ഓടി ഇറങ്ങിവന്നു. "ശബ്ദമുണ്ടാക്കാതെ ഇങ്ങടുത്തുവരിക. ഹിമാലയ സാനുക്കളിൽ നിന്ന് നമ്മുടെ വീട്ടിൽ വിരുന്നുവന്നിരിക്കുന്ന ഒരു പക്ഷിയെ ഞാൻ നിനക്ക് കാട്ടിത്തരാം."

"ഹായ്! എന്തു രസം, കുഞ്ഞമ്മാവാ, ഞാനിതിനെ ആദ്യമായിട്ടാ കാണുന്നേ. എന്തൊരഴകാ ഹായ്."

അവൾ അത്ഭുതംകൂറി നിന്നു. പക്ഷിയെ സൂക്ഷിച്ചു നോക്കിയിട്ടു പറഞ്ഞു:

"അയ്യോ. ഇതേപോലിരിക്കുന്ന മറ്റൊരു പക്ഷിയെ ഞാനിന്നാളൊരു ദിവസം കണ്ടിരുന്നു. നമ്മുടെ കാപ്പിത്തോട്ടത്തിൽ. പക്ഷേ, നിറം നല്ല കാവിയായായിരുന്നു."

"അപ്പോൾ നീ ഇതിന്റെ പിടയെ നേരത്തെ തന്നെ കണ്ടിരിക്കുന്നു. ഇതിന്റെ പിടയ്ക്കും വളർച്ചയെത്താത്ത

കുഞ്ഞുങ്ങൾക്കും തലയും മാറുമൊഴിച്ച് നല്ല കാവിനിറമാ. ഹിമാലയത്തിൽ തപസനുഷ്ഠിക്കുന്ന ഏതോ സന്യാസിയുടെ കാവിയെടുത്ത് പുതച്ചുകൊണ്ടു വരികയായിരിക്കും. ചിലപ്പോൾ പിടയ്ക്കും കുഞ്ഞുങ്ങൾക്കും ഹിമാലയസാനുക്കളിലെ തണുപ്പ് സഹിക്കാൻ വയ്യാതെ കിടന്നു വിറച്ചപ്പോൾ ഏതോ ത്യാഗിയായ സന്യാസിവര്യൻ തന്റെ മുണ്ടുകൾകൊണ്ട് ഇവയെ പുതപ്പിച്ചതായിരിക്കും."

"അതോ മഞ്ഞു വീണാണോ ആൺകിളിയുടെ ദേഹത്തെ തൂവലുകളൊക്കെ മഞ്ഞുപോലെ തൂവെള്ളയായത്?" അശ്വതിക്കുട്ടി കുസൃതിച്ചിരിയോടെ ചോദിച്ചു. അതുകേട്ട് എനിക്കും ചിരിവന്നു.

"ഈ കിളിയുടെ പേരെന്താണ്?"

"ഓ! അതുപറയാൻ ഞാൻ മറന്നു. നാകമോഹൻ, റോക്കറ്റുകിളി, നാടക്കിളി എന്നീ പല പേരുകളിൽ ഇതറിയപ്പെടുന്നു. ഇംഗ്ലീഷിൽ പാരഡൈസ് ഫ്ളൈ കാറ്റ്ചർ എന്നാണീ പക്ഷിയെ വിളിക്കുക. ഇംഗ്ലീഷിലുള്ള ആ പേരിൽനിന്നുതന്നെ ഈ പക്ഷിയുടെ സ്വർഗീയ പരിവേഷം വ്യക്തമാവുന്നുണ്ടല്ലോ."

പെൺനാകമോഹൻ

"തീർച്ചയായും ഇത് ഹിമാലയത്തിൽനിന്ന് തന്നെയാണോ വരിക?"

"എന്താ നിനക്കിത്ര സംശയം. ഇവറ്റകൾ കാശ്മീർ താഴ്വരകളിലും ഹിമാലയത്തിന്റെ മറ്റ് താഴ്വാരങ്ങളിലുമാണ് പ്രജനനം നിർവഹിക്കുന്നത്. അതായത് കൂടു

കൂട്ടി മുട്ട വിരിയിക്കുന്നത്. കുഞ്ഞു വിരിഞ്ഞ് വളർച്ചയെത്തുമ്പോഴേക്കും ആ ഭാഗങ്ങളിൽ ശക്തമായ മഞ്ഞുവീഴ്ച ആരംഭിക്കും. അപ്പോൾ കൂടുതൽ സുഖകരമായ കാലാവസ്ഥ തേടി അവർ തെക്കോട്ട് നീങ്ങുന്നു. അങ്ങനെ പല സ്ഥലങ്ങളിലും ചുറ്റിക്കറങ്ങി നമ്മുടെ പറമ്പിലും എത്തുന്നു. ഇങ്ങനെ പക്ഷികൾ സഞ്ചരിക്കുന്നതിനെയാണ് 'ദേശാന്തര ഗമനം' എന്നു പേരു ചൊല്ലി വിളിക്കുന്നത്. ദക്ഷിണ ധ്രുവത്തിൽനിന്നും ഉത്തരധ്രുവം വരെ ഇങ്ങനെ പോകുന്ന 'ആർട്ടിക് ടേൺ' എന്ന അത്ഭുതപക്ഷി മുതൽ മലയടിവാരത്തുനിന്ന് മലമുകളിലേക്കും നേരെ തിരിച്ചും ദേശാന്തരഗമനം നടത്തുന്ന പക്ഷികൾ വരെയുണ്ട്."

"കുഞ്ഞമ്മാവാ, ഈ റോക്കറ്റുകിളികൾ തിരികെ ഹിമാലയത്തിൽത്തന്നെ പോകുമോ?"

"തീർച്ചയായും."

"അങ്ങനെയാണെങ്കിൽ എനിക്ക് ചില സംശയങ്ങളുണ്ട്."

"കേൾക്കട്ടെ."

"എങ്ങനെയാണീ പക്ഷികൾ തിരികെ ഹിമാലയത്തിൽ പോകുന്നുവെന്ന് കുഞ്ഞമ്മാവന് ഉറപ്പിച്ചു പറയാൻ കഴിയുന്നത്? അഥവാ പോകുന്നുവെങ്കിൽ ഈ പക്ഷികൾക്ക് വഴിതെറ്റാതെങ്ങനെ അവിടെ തിരിച്ചെത്താൻ കഴിയുന്നു?"

"കുഴയ്ക്കുന്ന ചോദ്യ

ങ്ങളാണ് അശ്വതിക്കുട്ടി ചോദിച്ചിരിക്കുന്നത്. ഇങ്ങനെയുള്ള പല സംശയങ്ങളും പണ്ട് ജീവിച്ചിരുന്ന മനുഷ്യരെയും അലട്ടിയിരുന്നു. യൂറോപ്പിലും

മറ്റും വസന്തകാലത്ത് വളരെ സർവസാധാരണമായിരുന്ന പല പക്ഷികളെയും ശൈത്യകാലങ്ങളിൽ അവർക്ക് കാണുവാനേ കഴിഞ്ഞിരുന്നില്ല. പണ്ഡിതനായിരുന്ന അരിസ്റ്റോട്ടിലിനെ പോലുള്ളവർ പോലും അന്നു വിചാരിച്ചു ഈ പക്ഷികളൊക്കെ ശൈത്യം ചെലവഴിക്കാൻവേണ്ടി വല്ല കൊടുമുടിയുടെയും മുകളിൽപ്പോയി തൂവൽ കൊഴിച്ച് സുഷുപ്തിയിലാണ്ടിരിക്കുകയോ കടലിനടിയിൽ പോയി ശൈത്യം ചെലവഴിക്കുകയോ ആവും എന്ന്. എന്നാൽ ഇന്ന് ഇത്തരം വിശ്വാസങ്ങൾക്ക് പിൻബലമില്ലെന്ന് അശ്വതിക്കുട്ടിക്കറിയാം. അല്ലേ? എന്നാൽ പിന്നെയെവിടെപ്പോയാണ് ഇവർ ശൈത്യം ചെലവഴിക്കുന്നതെന്ന് അശ്വതിക്കുട്ടിക്ക് പറയാമോ?"

"ശൈത്യം കുറവുള്ള മറ്റു സ്ഥലങ്ങളിൽ."

"ശരിയാണ്. എന്നാൽ ഈ പക്ഷികളൊക്കെ എവിടേക്കൊക്കെ പോകുന്നുവെന്ന് എങ്ങനെയാ അറിയുക. അതല്ലേ അശ്വതിക്കുട്ടിയുടെ ചോദ്യം. അതിന് പക്ഷിനിരീക്ഷകരും ശാസ്ത്രജ്ഞന്മാരും പക്ഷികളെ കൂട്ടത്തോടെ പിടിച്ച് പക്ഷികളുടെ കാലിൽ അവരുടെ മേൽവിലാസമെഴുതിയ തകിടുകൾ കെട്ടിവയ്ക്കുകയോ പക്ഷികളുടെ തൂവലുകളിൽ കൃത്രിമ നിറം പൂശി വിടുകയോ ചെയ്യും. ഇങ്ങനെ വേർതിരിക്കപ്പെടുന്ന പക്ഷികൾ ലോകത്തിന്റെ ഏതു ഭാഗത്തുചെന്നാലും അവിടെയുള്ള പക്ഷി നിരീക്ഷകർ അവയുടെ വിവരങ്ങൾ ശേഖരിച്ചു വയ്ക്കുന്നു.

ഇത്തരം വിവരങ്ങൾ ഒന്നിച്ചുചേർത്തു പഠിച്ചാണ് പക്ഷികളുടെ 'ദേശാന്തരഗമന'ത്തെക്കുറിച്ച് കൂടുതൽ വിവരങ്ങൾ അറിയുന്നത്. ഇന്ത്യയിൽ ഇത്തരത്തിൽ വിവരങ്ങൾ ശേഖരിച്ച് പഠിക്കുന്ന ഒരു സ്ഥാപനമാണ് 'ബോംബെ നാച്വറൽ ഹിസ്റ്ററി സൊസൈറ്റി.'

അവിടെയുള്ള പക്ഷിനിരീക്ഷകരും ശാസ്ത്രജ്ഞരും പക്ഷികളെ സംബന്ധിച്ചുള്ള വളരെ വിലപ്പെട്ട പല വിവരങ്ങളും ശേഖരിച്ച് പഠിക്കുന്നുണ്ട്. ഈ സ്ഥാപനത്തിലായിരുന്നു ലോകപ്രശസ്ത പക്ഷിനിരീക്ഷകനായിരുന്ന സലിം അലി പ്രവർത്തിച്ചിരുന്നത്. അദ്ദേഹം പക്ഷികളെക്കുറിച്ച് പല പുസ്തകങ്ങളും പുറത്തിറക്കുകയുണ്ടായി. *ഇന്ത്യൻ ബേഡ്സ്, ബേഡ്സ് ഇൻ ഇന്ത്യ ആന്റ് പാകിസ്ഥാൻ, കോമൺ ബേഡ്സ്...* തുടങ്ങിയവ അതിൽപ്പെടും. അശ്വതിക്കുട്ടി വലുതാകുമ്പോൾ ഈ പുസ്തകങ്ങളൊക്കെ വാങ്ങി വായിക്കാൻ കഴിയും.

ആൺനാകമോഹൻ

ഇനി നമുക്ക് അശ്വതിക്കുട്ടിയുടെ അടുത്ത ചോദ്യത്തിലേക്ക് കടക്കാം. ആയിരക്കണക്കിന് മൈലുകൾ താണ്ടുന്ന ഈ പക്ഷികൾ വഴി തെറ്റാതെങ്ങനെ ലക്ഷ്യസ്ഥാനത്ത് എത്തുന്നുവെന്നതാണല്ലോ അശ്വതിക്കുട്ടിയുടെ ചോദ്യം. ഇതേ ചോദ്യം ഇന്നും നമ്മുടെ മുന്നിൽ ഒരു ചോദ്യചിഹ്നമായി തന്നെ നിലനിൽക്കുന്നു. അശ്വതിക്കുട്ടിക്ക് ഇതിന്റെ കാരണം കണ്ടെത്തി പ്രശസ്തയാകാവുന്നതേയുള്ളൂ. എന്താ ഒരു കൈ നോക്കുന്നോ?

എന്നാലും നമ്മുടെ പക്ഷിനിരീക്ഷകരും ശാസ്ത്രജ്ഞരും പറയുന്നത് ഈ പക്ഷികൾക്ക് ദിക്കുകൾ അറിയാനും പിന്നിട്ട സ്ഥലങ്ങളിലൂടെ തന്നെ തിരികെ സഞ്ചരിക്കാനും ഒരു സഹജമായ കഴിവുണ്ടെന്നാണ്. പക്ഷികൾക്ക് ഇതിനായി സഹായിക്കാൻ ഒരു പ്രത്യേക ഇന്ദ്രിയം

തന്നെയുണ്ടെന്നും അവർ അഭിപ്രായപ്പെടുന്നു. കാലാവസ്ഥയിലുണ്ടാകുന്ന സൂക്ഷ്മ മാറ്റങ്ങൾ പോലും തിരിച്ചറിയാനും പക്ഷികൾക്ക് കഴിയുന്നതിനാലാണ് 'ദേശാന്തരഗമന'ത്തിനുള്ള കാലമായെന്ന് അവ അറിയുന്നത്."

"എന്താ നിങ്ങളവിടെ കൊച്ചുവർത്തമാനം പറഞ്ഞിരിക്കുകയാണോ? ചോറു വിളമ്പിവച്ചിട്ട് നേരം കുറെയായല്ലോ. നീ കുളിക്കാനൊന്നും പോണില്ലേ?"

അമ്മ മുറ്റത്തേക്കിറങ്ങിവന്ന് വിളിച്ചു ചോദിച്ചു.

അശ്വതിക്കുട്ടിയുമായി സംസാരിച്ച് നിന്ന് സമയം പോയതറിഞ്ഞില്ല. ഇപ്പോൾ നല്ല വിശപ്പും തോന്നുന്നു. ബാക്കി കാര്യങ്ങൾ ഞാൻ പിന്നീടു പറഞ്ഞുതരാമെന്ന് പറഞ്ഞ് കുളക്കടവിനരികിലേക്ക് നടന്നു.

മൂന്ന്

കുളത്തിലെ തണുത്ത വെള്ളത്തിൽ ഒന്നു മുങ്ങി വന്നപ്പോൾ ശരീരം ഒരു പുതുജീവൻ വച്ചതുപോലെ ഉന്മേഷഭരിതമായി. പഴുത്ത നാട്ടുമാങ്ങയിട്ടുള്ള ഒഴിച്ചുകറി ചോറിലൊഴിച്ച് മുരിങ്ങയില തോരനും തൈരും മുളകും മത്തി പൊരിച്ചതും കൂടിയായപ്പോൾ ഊണു കേമമായി. അമ്മയുടെ കൈകൊണ്ടു പാചകംചെയ്ത ഭക്ഷണത്തിന് ഒരു പ്രത്യേക രുചി തന്നെ. പാചകത്തിലുള്ള അമ്മയുടെ കൈപ്പുണ്യം ബന്ധുക്കളുടെയിടയിൽ പ്രസിദ്ധമാണ്. ഊണ് കഴിച്ച് കൈ തുടച്ച് കോലായിൽ വന്നിരുന്നു.

മുറ്റത്ത് കോഴിക്കുഞ്ഞുങ്ങൾ തുറുവിന് ചുറ്റും കലപില കൂട്ടുന്നു. തൊഴുത്തിൽ പശുക്കൾ അയവെട്ടി നിൽക്കുന്നു. ഞാൻ അശ്വതിക്കുട്ടിയെ മുറ്റത്തൊക്കെ നോക്കി. കണ്ടില്ല. പത്രമെടുത്ത് മറിച്ചു നോക്കിയിരിക്കുമ്പോൾ പടിപ്പുര തുറന്ന് രണ്ടുമൂന്നു കുട്ടികൾ കടന്നുവരുന്നു. അവർക്ക് ഏറ്റവും പിന്നിലായി അശ്വതിക്കുട്ടിയും. അവർ കോലായിലേക്ക് കയറി വന്ന് പതുങ്ങിനിന്നു. അയലത്തെ കുട്ടികളാണ്. ഒന്ന് പടിഞ്ഞാറ്റയിലെ രാധാകൃഷ്ണൻ കൊച്ചാട്ടന്റെ മകൻ സുമേഷ്. റഷീദ് വക്കീലിന്റെ മകൾ സുമയ്യ. മൂന്നാമത്തെയാളെ എനിക്കത്ര പരിചയം പോരാ. ഞാൻ ചോദിച്ചു: "മോടെ പേര്?"

"ലക്ഷ്മി."

"ലക്ഷ്മീടെ അച്ഛൻ സ്കൂളിലെ മാഷാ. നാരായണൻ മാഷ്. ഇപ്പോൾ കൃഷ്ണരാജ് ചേട്ടന്റെ വടക്കേ പുരയിൽ വാടകയ്ക്കു താമസിക്കുകയാ." അശ്വതിക്കുട്ടി പറഞ്ഞു.

"ലക്ഷ്മീടെ സ്വന്തം നാട് എവിടെയാ?"

"കോതമംഗലം."

"ഓഹോ. അവിടൊക്കെ ഞാൻ വന്നിട്ടുണ്ട്. അവിടടുത്ത് ഒരു പക്ഷി സങ്കേതമുണ്ട്. ലക്ഷ്മിക്കറിയ്യോ?"

"തട്ടേക്കാട്." ലക്ഷ്മി പറഞ്ഞു.

"കേരളത്തിൽ സർക്കാർ അംഗീകരിച്ച ഏക പക്ഷി സങ്കേതം. അശ്വതിക്കുട്ടിക്ക് പക്ഷികളെക്കുറിച്ച് പറഞ്ഞു തരാൻ ഒരു കൂട്ടായല്ലോ."

"ലക്ഷ്മിക്കു പക്ഷികളെക്കുറിച്ചൊക്കെ അറിയ്യോ?"

അറിയില്ലെന്ന ഭാവത്തിൽ ലക്ഷ്മി തലയാട്ടി. നിങ്ങൾക്കു പക്ഷികളെ പരിചയപ്പെടാനായി ഒരു പുസ്തകം ഞാൻ കൊണ്ടുവന്നിട്ടുണ്ട്. എല്ലാവരേം കോലായിൽ ഇരിക്കാൻ പറഞ്ഞിട്ട് ഞാൻ മുറിക്കുള്ളിലേക്ക് പോയി. ബാഗ് തുറന്ന് *കേരളത്തിലെ പക്ഷികൾ* എന്ന പുസ്തകം എടുത്തുകൊണ്ടുവന്ന് അതിന്റെ സുന്ദരമായ പുറംകവറിൽ ഉള്ള പക്ഷിയുടെ ചിത്രം ഉയർത്തിക്കാട്ടി ചോദിച്ചു. "ഈ പക്ഷിയുടെ പേര് ആർക്കെങ്കിലും പറയാമോ?"

വേലിതത്തകൾ

അശ്വതിക്കുട്ടി പറഞ്ഞു; “ഞാൻ പറയാം.”

“അശ്വതിക്കുട്ടി അവസാനം പറഞ്ഞാൽ മതി.”

“ലക്ഷ്മിക്കറിയോ?”

അറിയില്ലെന്ന ഭാവത്തിൽ ലക്ഷ്മി വീണ്ടും തലയാട്ടി.

സുമയ്യ പറഞ്ഞു; “പച്ചക്കിളി.”

സുമേഷും പച്ചക്കിളിയുടെ പക്ഷക്കാരനാണ്. അശ്വതിക്കുട്ടി പറഞ്ഞു ‘തത്ത.’ അശ്വതിക്കുട്ടിക്കും തെറ്റി. വേലിത്തത്തയെന്നാണ് ഇതിന്റെ ശരിയായ പേര്. അശ്വതിക്കുട്ടി പുസ്തകം കൈയിൽ വാങ്ങി. കുട്ടികളെല്ലാം അതിനു ചുറ്റുംകൂടി പക്ഷിയുടെ ചിത്രങ്ങൾ മറിച്ചു നോക്കിക്കൊണ്ടിരുന്നു. ചിത്രങ്ങൾ നോക്കി ഞങ്ങളതിനെ കണ്ടിട്ടുണ്ടെന്നും ഇല്ലെന്നും അവർ തർക്കിച്ചുകൊണ്ടിരുന്നു. മുറ്റത്തൊരു മണികിലുക്കം. കുറച്ചു കുട്ടികൾ കുഞ്ഞൊരു കെട്ടുകാളയേയും തോളിലേറ്റി പടിപ്പുര കടന്നുവരുന്നു. നാളെ ശിവരാത്രിയാണല്ലോ. കുട്ടികൾ പക്ഷിപ്പുസ്തകം

അടച്ചുവച്ച് കാളയ്ക്കു ചുറ്റും കൂടി. അമ്മ വഞ്ചിയിൽ നാണയത്തുട്ടുകളിട്ടു കൊടുത്തു. കെട്ടുകാളയേയും തോളിലേറ്റി പിള്ളേർ ആർപ്പുവിളിച്ച് പടികടന്നു പോയി. പാടവരമ്പത്തൂടെ കെട്ടുകാള കാവിനു വലംവച്ച് കണ്ണിൽനിന്ന് മറയുന്നതുവരെ അവരവിടെ നിന്നു. പിന്നീട് പുസ്തകവുമെടുത്ത് കിളിച്ചുണ്ടൻ മാവിൻ ചുവട്ടിലേക്ക് പോയി. കിഴക്കേ മുറ്റത്തു കിണറിനരികിൽ നിൽക്കുന്ന ഞാവൽ മരത്തിൽനിന്ന് കുയിൽനാദം ഉയരാൻ തുടങ്ങി. ഞാവൽ പഴുത്തു തുടങ്ങിയാൽ മിക്ക പക്ഷികളും ഞാവൽ മരത്തിൽ പഴം തിന്നാനായി വരും. കിഴക്കേ വരാന്തയിൽ ഇരുന്നാൽ പക്ഷികളെ വ്യക്തമായി കാണാം. ബൈനോക്കുലർ കൂടി കൈയിലെടുത്താൽ വളരെ വ്യക്തമായി അവയുടെ ഓരോ ചലനവും നിരീക്ഷിക്കാനാവും. പറമ്പിൽനിന്ന് കുയിൽ നാദത്തിനു കുട്ടികളുടെ എതിർകൂവൽ കേൾക്കുന്നുണ്ട്. കുട്ടികൾ കോലായിലേക്ക് ഓടിക്കേറി വന്നു. ശ്വാസം കഴിക്കാൻ വിമ്മിട്ടപ്പെട്ടുകൊണ്ട് അശ്വതിക്കുട്ടി പറഞ്ഞു:

"കുഞ്ഞമ്മാവാ, നമ്മുടെ ഞാവൽ മരത്തിൽ കുറച്ചു കുയിലുകൾ വന്നിരുന്നു കൂവുന്നു."

ഞാനും അവരുടെകൂടെ മുറ്റത്തേക്കിറങ്ങി. ശരിയാണ്. ഞാവലിൽ ഒന്നുരണ്ടു പച്ചക്കിളികൾ, കുരുവികൾ, ഒരു ചിന്ന കുട്ടുറുവൻ, കുറച്ചു കുയിലുകളും. "എല്ലാവരും നിശ്ശബ്ദരായി വരാന്തയിലിരിക്കുക." ഞാൻ പറഞ്ഞു. എന്നിട്ട് മുറിക്കുള്ളിലേക്ക് പോയി ബാഗ് തുറന്ന് ബൈനോക്കുലർ എടുത്തുകൊണ്ടുവന്ന് സുമേഷിന്റെ കൈയിൽ കൊടുത്തു. "ഏതൊക്കെ കിളികൾ ഉണ്ടെന്ന് പറയുക." സുമേഷ് ബൈനോക്കുലർ വാങ്ങി. അശ്വതിക്കുട്ടി അതെങ്ങനെ ഫോക്കസ് ചെയ്യാമെന്ന് സുമേഷിന് കാണിച്ചുകൊടുത്തു. "ഒന്ന്... രണ്ട്... കുയിലുകൾ"

സുമേഷ് പറഞ്ഞു. അശ്വതിക്കുട്ടി ബൈനോക്കുലർ വാങ്ങി നോക്കിയിട്ടു പറഞ്ഞു. "രണ്ടല്ല. മൂന്നു കുയിൽ. രണ്ട് ആൺ കുയിലും ഒരു പിടയും."

ലക്ഷ്മിയും സുമയ്യയും നോക്കട്ടെയെന്നുപറഞ്ഞ് തിരക്കു കൂട്ടി.

അശ്വതിക്കുട്ടി അവർക്കു കൂടി കുയിലുകളെ കാണിച്ചു കൊടുത്തു. "ദേഹത്ത് നിറയെ പുള്ളിയുള്ള കിളിയുണ്ടല്ലോ. അതാണ് കുയിലിലെ പിട. ആൺ കുയിലുകളാണ് ആ കാക്കക്കറുപ്പൻമാർ."

"ഏതു കുയിലാണിരുന്ന് കൂവുന്നത്?"

"ആൺ കുയിൽ" – സുമയ്യ പറഞ്ഞു.

"പെൺ കുയിലും പാടുമോ?" ലക്ഷ്മിക്കു സംശയം.

"പെൺകുയിലും പാടുമായിരിക്കും. എന്നാൽ ആൺകുയിലിന്റെ അത്ര സുന്ദരമായി നീട്ടി പാടുകയില്ല. ഇണയെ ആകർഷിക്കാൻ വേണ്ടിയാണിവ ഇങ്ങനെ നീട്ടി പാടുന്നത്. കുയിലിന്റെ കൂട് നിങ്ങളാരെങ്കിലും കണ്ടിട്ടുണ്ടോ."

"ഇല്ല." — എല്ലാവരും ഒരേ സ്വരത്തിൽ പറഞ്ഞു.

"ഞാനും കണ്ടിട്ടില്ല. അവ കൂടൊരുക്കുന്നുണ്ടാവില്ല. അപ്പോൾ പിന്നെ അവർ മുട്ടയിട്ടു വിരിയിക്കുന്നതെങ്ങനെ?"

"കാക്കക്കൂട്ടിൽ" അശ്വതിക്കുട്ടി പറഞ്ഞു.

"കാക്കകളെയാണ് പ്രകൃതി കുയിലുകളുടെ മുട്ടയ്ക്ക് അടയിരുന്നു കുഞ്ഞിനെ വിരിയിക്കാൻ ഏൽപ്പിച്ചിരിക്കുന്നത്! വിചിത്രമായ ഒരു രക്തബന്ധം! കുയിലിന്റെ പോറ്റമ്മയാണ് കാക്കകൾ. കുയിലുകൾ വസന്തകാലത്ത് വേഷം മാറിവരുന്ന കാക്കകളാണെന്നായിരുന്നു പണ്ടുള്ളവരുടെ വിശ്വാസം. എന്നാൽ ഇപ്പോൾ പക്ഷിനിരീക്ഷകർ കുയിലിനെയും കാക്കകളെയും നിരീക്ഷിച്ച് അവയെ സംബന്ധിച്ചുള്ള കൂടുതൽ വിവരങ്ങൾ കണ്ടെത്തിയതുകൊണ്ട് ഇത്തരം അബദ്ധ ധാരണകളൊന്നും ആർക്കുമില്ല. കാക്കകൾ തന്നെ രണ്ടിനം നമ്മുടെയിടയിലുണ്ട്. ഏതൊക്കെ

ബലികാക്കയും വീട്ടുകാക്കയും

യാണവകളെന്ന് നിങ്ങൾക്കറിയ്യോ?"

അശ്വതിക്കുട്ടി പറഞ്ഞു; "ഞാൻ പറയട്ടെ."

"പറഞ്ഞോ."

"ബലിക്കാക്കയും വീട്ടു കാക്കയും."

"ശരിയാണ്. ദേഹം മുഴുവൻ കറുത്തിരുണ്ടു വലിപ്പമുള്ള കാക്കയെ നിങ്ങൾ കണ്ടിട്ടുണ്ടല്ലോ. അതാണ് ബലിക്കാക്ക. വീട്ടുകാക്ക സർവസാധാരണമാണ്. അതിന്റെ മാറിലും കഴുത്തിലും ഒരു ചാരനിറം കാണും. പലരും വിചാരിച്ചിരിക്കുന്നത് ബലിക്കാക്കകൾ ആണും വീട്ടുകാക്ക പെണ്ണുമാണെന്നാണ്. എന്നാൽ ഇവ രണ്ടും രണ്ടു ജാതികളാണെന്ന് ഇപ്പോൾ മനസിലായില്ലേ?"

"ചെമ്പരത്തിയുടെ ചുവട്ടിലൊരു ഉപ്പൻ" സുമേഷ് വിളിച്ചു പറഞ്ഞു.

" 'ചെമ്പോത്ത്' എന്നും ഇതിന് പേരുണ്ട് അല്ലേ കുഞ്ഞമ്മാവാ." അശ്വതിക്കുട്ടി ചോദിച്ചു.

"ശരിയാണ്. ഇംഗ്ലീഷിൽ ഇതിനെ 'ക്രോഫീസന്റ്' എന്നാണ് വിളിക്കുക. ഉപ്പന്റെ കണ്ണുകൾ നിങ്ങൾ ശ്രദ്ധിച്ചുവോ. കുന്നിക്കുരുപോലെ ചുവന്ന് അല്ലേ. കണ്ടോ

അതിന്റെ പമ്മി പമ്മിയുള്ള നടത്തം. പൂട വിടർത്തി അതി വേഗം ഓടിച്ചെന്ന് ഒരു ഓന്തിൻ കുഞ്ഞിനെ ചാടിപ്പിടിച്ച് ഉപ്പൻ കൂവക്കാട്ടിലേക്ക് മറഞ്ഞു. ഉപ്പനെ കാലത്ത് കണി കണ്ടിറങ്ങുന്നത് നല്ലതാണെന്നാണ് പഴമക്കാരുടെ വിശ്വാ സം. ഉപ്പന്റെ കൂട് നിങ്ങളാരെങ്കിലും കണ്ടിട്ടുണ്ടോ?"

"ഞങ്ങളുടെ മൈലാഞ്ചിയിൽ ഒരു ഉപ്പന്റെ കൂടുണ്ടാ യിരുന്നു." സുമയ്യ പറഞ്ഞു.

"ഉപ്പൻ വളരെ ഒളിച്ചാണ് കൂട് പണിയുക. സുമയ്യ യുടെ മൈലാഞ്ചിയിൽ കൂട് വളരെ ഒളിച്ചായിരുന്നില്ലേ അവ പണിതുവച്ചത്."

സുമയ്യ തലകുലുക്കിക്കൊണ്ട് പറഞ്ഞു: "അവിടെ കൂടുണ്ടെന്ന് തോന്നുകയേയില്ലായിരുന്നു."

മുളഞ്ചില്ലകളിലും ഞെങ്ങിഞെരുങ്ങി നിൽക്കുന്ന കുറ്റി ച്ചെടികളിലുമാണ് സാധാരണയായി ഇവ കൂടൊരുക്കു ന്നത്. ഉപ്പന്റെ കൂട്ടിൽ അത്ഭുതസിദ്ധിയുള്ള മരുന്നുകളു ണ്ടെന്നും ഉപ്പന്റെ കാഷ്ഠം തലയിൽ പുരട്ടിയാൽ തല മുടി നീണ്ടു വളരുമെന്നും ചിലർ വിശ്വസിക്കുന്നു. പക്ഷേ, ഇതൊക്കെ വെറുതെ പറയുന്നതാവാം.

ചെമ്പോത്ത്

“നാളെ ശിവരാത്രിയാണല്ലോ. നമുക്ക് ഉത്സവം കാണാൻ കുറച്ച് നേരത്തെ പോകാം. തത്തംപുന്ന വയൽ വഴി പോയാൽ കുറെ പക്ഷികളെയും പരിചയപ്പെടാം.”

“വടക്കടത്തു കാവിനടുത്ത് കുറെ നീർപ്പക്ഷികൾ ചേക്കേറിയിരിക്കുന്ന കുറച്ചു മരങ്ങളുണ്ട്. നമുക്കവിടെയും പോകണം.” അശ്വതിക്കുട്ടി പറഞ്ഞു.

“തീർച്ചയായും.” കുട്ടികളെല്ലാം ഉത്സാഹഭരിതരായി. എനിക്കിപ്പോൾ നല്ല യാത്രാക്ഷീണമുണ്ട്. പോയി ഒന്ന് സുഖമായി ഉറങ്ങാനാണ് തോന്നുന്നത്. അച്ഛൻ പടിപ്പുര കടന്നുവരുന്നത് കാണാം. ഞാൻ വീട്ടിലേക്കും കുട്ടികൾ മാവിൻചുവട്ടിലേക്കും നടന്നു.

നാല്

കാലത്ത് ഉറക്കമുണർന്നപ്പോൾ തന്നെ കാളമുട്ടിൽ നിന്ന് കൊട്ടും കുരവയും കേട്ടു. കരക്കാരുടെ ആരവം ഉയർന്നു കേൾക്കാം. ഞാൻ മേളക്കൊഴുപ്പു മുറുകുന്നതും ആർപ്പുവിളികളുയരുന്നതും കേട്ട് ഞാവൽമരത്തിനരികിൽ ഇരുന്നു. വടക്കേലെ കൃഷ്ണൻകുട്ടി അയ്യത്തു കൂടി കുറുക്കു കേറി മുറ്റത്തേക്ക് വന്നുചോദിച്ചു. “കുഞ്ഞു വരുന്നില്ലയോ, കാളമൂട്ടിലേക്ക്?” ഞാൻ പറഞ്ഞു; “വന്നേക്കാം, ഒന്നു കുളിച്ചു വേഷം മാറട്ട്.” കൃഷ്ണൻകുട്ടി പടിപ്പുര കടന്ന് കാവും കടന്ന് കാളമുട്ടിലേക്ക് പോയി. ചായ്പ്പിന്റെ കിഴക്കേ ചരിവിൽ നിൽക്കുന്ന അശോകത്തിൽ പടർന്നു കയറിയിരിക്കുന്ന പിച്ചിയിൽ ഒരു കിളിയനക്കം. ഞാൻ പതുക്കെ പിച്ചിക്കരികിലേക്കു നടന്നു. കുരുവികൾ കൂടൊരുക്കുകയാണ്. പഞ്ഞിയും നൂലും മറ്റെന്തൊക്കെയോ സാമഗ്രികൾ വളരെ വേഗത്തിൽ പെറുക്കിക്കൊണ്ടുവന്നാണ് കൂടൊരുക്കൽ. പിടയും പൂവനും ഒന്നിച്ചാണ് കൂടിന്റെ പണി. ഞാൻ കുറച്ചുനേരം അത് നോക്കിനിന്നു. ഇപ്പോഴീ കൂട് അശ്വതിക്കുട്ടിക്കു കാണിച്ചു കൊടുക്കണ്ട. കുട്ടികളെല്ലാംകൂടി അതിനടുത്തു പോയാൽ കുരുവി കൂ

ടൊരുക്കാതെ പൊയ്ക്കളയും. കൂട്ടിൽ മുട്ടയിട്ടാൽ പിന്നെ കുട്ടികൾ കൂടു കണ്ടാലും കുഴപ്പമില്ല. കുരുവികൾ അത്ര വേഗമൊന്നും കൂട് ഉപേക്ഷിക്കില്ല. രാധാകൃഷ്ണൻ കൊച്ചാട്ടനും പണയിലെ ജയകുമാറും മുറ്റത്തേക്ക് വന്നു. പത്താംകുറ്റിയിലെ മനോജുമുണ്ട്. അവർ കാളമുട്ടിലേക്ക് പോകാൻ എന്നെയും കൂടെ വിളിക്കാൻ വന്നതാണ്. അവരോട് കോലായിൽ കയറി ഇരിക്കാൻ പറഞ്ഞിട്ട് ഞാൻ വേഗം കുളക്കടവിലേക്ക് പോയി. ഒന്നുരണ്ട് കുളക്കോഴി കുഞ്ഞുങ്ങൾ കരിയിലകൾക്കിടയിലൂടെ അതിവേഗം ഓടിമറഞ്ഞു. ഒരു മഴക്കൊച്ച ചുണ്ണാമ്പുവള്ളിയിൽ വന്നിരിക്കുന്നു. പൊടിപൊന്മാൻ കയ്യാലച്ചോട്ടിൽ നിന്നും പറന്നുയർന്നു. ഞാൻ വേഗം കുളിച്ച് വീട്ടിലേക്ക് നടന്നു. കാളമുട്ടിൽനിന്ന് തിരികെ വരുമ്പോൾ കുട്ടികളെല്ലാം വീട്ടിൽ എന്നെയും പ്രതീക്ഷിച്ചിരിക്കുകയാണ്. തിണ്ണയിൽ പുൽപ്പായ വിരിച്ച് തൂശനിലകൾ നിരത്തി. അച്ഛനും അമ്മയും അശ്വതിക്കുട്ടിയും ഞാനും കൃഷ്ണേട്ടനും സരോജിനിചേച്ചിയും ഒരുമിച്ചിരുന്നുണ്ടു. കുട്ടികളെല്ലാം നേരത്തെ ഊണും കഴിഞ്ഞുവന്ന് മുറ്റത്ത് നൂറായിരം കളികളിൽ മുഴുകിക്കഴിഞ്ഞു.

പൂത്താങ്കീരികൾ

ഊണ് കഴിഞ്ഞ് ബൈനോക്കുലറും തൂക്കി ഞാൻ മുറ്റത്തേക്കിറങ്ങിയപ്പോഴേക്കും കുട്ടികളെല്ലാം എനിക്ക് ചുറ്റും ഓടിക്കൂടി.

"കുഞ്ഞമ്മാവാ, ബൈനോക്കുലർ ഞാൻ പിടിക്കാം." അശ്വതിക്കുട്ടി പറഞ്ഞു. ഞാൻ ബൈനോക്കുലർ അശ്വതിക്കുട്ടിയുടെ കൈയിൽ കൊടുത്തു. ഞങ്ങൾ കുളക്കടവും കടന്ന് കാവിനരികിലൂടെ പുഞ്ചപ്പാടത്തേക്ക് നടക്കുമ്പോൾ കാവിനുള്ളിൽ ഒരു പക്ഷിക്കൂട്ടത്തിന്റെ കലപിലാരവം. സുമേഷ് പറഞ്ഞു; "പൂത്താങ്കീരികൾ."

ഞങ്ങൾ കാവിനരികിൽ ശബ്ദമുണ്ടാക്കാതെ നിന്നു. അശ്വതിക്കുട്ടി ബൈനോക്കുലർ പുറത്തെടുത്ത് പക്ഷികളെ നോക്കി. "പൂത്താങ്കീരികൾ സാധാരണ കൂട്ടമായേ സഞ്ചരിക്കാറുള്ളൂ. സുമേഷ് ഇതെത്രയുണ്ടെന്ന് ഒന്നെണ്ണിയെ."

സുമേഷ് കാവിനടുത്തേക്ക് നടന്നു. പക്ഷികളെ സൂക്ഷ്മതയോടെ എണ്ണി തിട്ടപ്പെടുത്തി. "ഏഴ്."

"ങാ, 'സെവൻ സിസ്റ്റേഴ്സ്' എന്ന പേരിലും ഇതറിയപ്പെടും. എപ്പോഴും ഏഴെണ്ണം വീതം മാത്രമുള്ള കൂട്ട

ങ്ങളായെ ഇത് സഞ്ചരിക്കൂ എന്നില്ല. ആറും എട്ടും ഒമ്പതും എണ്ണമുള്ള കൂട്ടങ്ങളെ ഞാൻ കണ്ടിട്ടുണ്ട്."

ഒരു ചേര കാവിനരികിലൂടെ ഇഴഞ്ഞ് വരുന്നു. ലക്ഷ്മിയും സുമയ്യയും അതുകണ്ട് ഭയന്ന് എന്റെ അരികിലേക്ക് ഓടി വന്നു. ഞാൻ പറഞ്ഞു, "ഭയക്കണ്ട. ഇത് ചേരയാണ്. ആരെയും ഉപദ്രവിക്കില്ല." ഞങ്ങൾ പുഞ്ചവരമ്പിലൂടെ നടന്നു. എള്ളിൻ പാടം കടക്കുമ്പോൾ തത്തക്കൂട്ടങ്ങൾ എള്ളിനിടയിൽ നിന്ന് പറന്നുയർന്ന് തെങ്ങോലത്തുമ്പുകളിൽ വന്നിരുന്നു. പത്തിരുപത് തത്തകളെങ്കിലും കാണും. ചുണ്ടുകൾക്ക് നല്ല ചുവപ്പ്. ചിലതിന് കഴുത്തിൽ ചുവന്ന വരകളുണ്ട്. ഒരു മാല ധരിച്ചതുപോലെ. കുട്ടികളെല്ലാം തത്തകളെ നോക്കി കുറച്ചുനേരം നിന്നു. തത്തകൾ പലതരത്തിലുള്ള ശബ്ദങ്ങളുണ്ടാക്കി തെങ്ങോലകളിൽ തൂങ്ങിയാടി. ഞങ്ങൾ കുറച്ചുനേരം അവരുടെ സർക്കസ് നോക്കി അവിടങ്ങനെ നിന്നു. ഒരു തിത്തിരി പക്ഷിയുടെ കരച്ചിൽ വളരെ അടുത്ത് കേൾക്കാം. ഞങ്ങൾ ശബ്ദമുണ്ടാക്കാതെ തെങ്ങിൻ തോപ്പിനിടയിലൂടെ നടന്നു. വരണ്ടുണങ്ങിയ പാടത്ത് ഒന്നുരണ്ട് തിത്തിരി പക്ഷികൾ. അതിലൊരു പക്ഷി മുകളിലേക്ക് പറന്നുപൊങ്ങി വട്ടമിട്ടു പറക്കുന്നു.

"ഒരുപക്ഷേ ഇവിടെ തിത്തിരി പക്ഷികളുടെ കൂടുകൾ നമുക്ക് കാണാൻ കഴിഞ്ഞേക്കും.'' അശ്വതിക്കുട്ടി ബൈനോക്കുലർ ഉപയോഗിച്ച് അടുത്തുള്ള മരങ്ങളുടെ മുകളിലൊക്കെ കൂട് അന്വേഷിച്ച് പരതി. "ഹേയ്, അശ്വതിക്കുട്ടീ, തിത്തിരി പക്ഷികളുടെ കൂട് മരക്കൊമ്പിലൊന്നും അന്വേഷിച്ചിട്ട് കാര്യമില്ല. അവ ഇങ്ങു നിലത്താണ് കൂടൊരുക്കുന്നത്."

എല്ലാവർക്കും അത്ഭുതം. "നിലത്ത് എങ്ങനെയാ അത് കൂടൊരുക്കുന്നത്?" സുമയ്യ ചോദിച്ചു.

പാടത്തും പറമ്പിലുമുള്ള കല്ലുകൾ പെറുക്കിക്കൂട്ടി അതിന് മുകളിലാണ് ഇവ മുട്ടയിടുന്നത്. എല്ലാവർക്കും തിത്തിരി പക്ഷികളുടെ കൂടുകൾ കാണാൻ മോഹം. ഞങ്ങൾ കുറച്ചുനേരം പാടത്തും പറമ്പിലുമെല്ലാം തിത്തിരി പക്ഷിയുടെ കൂട് അന്വേഷിച്ചു നടന്നു. പക്ഷേ, കാണാൻ കഴിഞ്ഞില്ല. "ഇവിടെ തിത്തിരി പക്ഷികൾ കൂട് ഉണ്ടാക്കിയിട്ടുണ്ടാവാം. അതാണ് പക്ഷികൾ നമ്മൾ ശല്യം ചെയ്തിട്ടും ഇവിടം വിട്ടുപോകാതെ ചുറ്റിക്കറങ്ങി നിൽക്കുന്നത്. പിന്നീടെപ്പോഴെങ്കിലും നിങ്ങളെല്ലാവരുംകൂടി വന്ന് വിശദമായി ഒന്ന് പരിശോധിച്ചാൽ മതി. കൂട് കണ്ടെത്താനാവും." ഞാൻ പറഞ്ഞു. ഞങ്ങൾ വടക്കടത്തുകാവ് ലക്ഷ്യമാക്കി നടന്നു. വയലിൽ വയൽ കണ്ണനും മൈനകളും പാറി നടക്കുന്നുണ്ട്. ചാലിൽ കുറച്ച് വെള്ളം കിടപ്പുണ്ട്. അതിനരികിൽ മുഷിഞ്ഞ വേഷക്കാരായ ചില കൊക്കുകൾ. കുളക്കൊക്കുകളാണവ. തൂവലുകളെല്ലാം പുള്ളികൾ നിറഞ്ഞ് അഴുക്കുപുരണ്ട്. അവ കൂനിക്കൂടിയിരിക്കുന്നു. ഞാൻ കുളക്കൊക്കുകളെ എല്ലാവർക്കും പരിചയപ്പെടുത്തിക്കൊടുത്തു. മഴക്കാലമാവുമ്പോഴേക്കും ഈ

കുളക്കൊക്കുകൾ മുഷിഞ്ഞ ഈ കുപ്പായമെല്ലാം ഊരി വച്ച് നല്ല തൂവെള്ള വസ്ത്രം ധരിച്ച് കൂടൊരുക്കുമെന്നറി ഞ്ഞപ്പോൾ എല്ലാവർക്കും കൗതുകം. പാടത്ത് പച്ചക്കറി കൃഷിയുണ്ട്. ചില ഭാഗത്ത് വാഴത്തോപ്പും കാണാം. വാഴ ത്തോപ്പിനിടയിലൂടെ ഞങ്ങൾ നടന്നപ്പോൾ വാഴക്കൂമ്പിൽ നിന്ന് തേൻ നുകരാൻ വന്ന ചില കുരുവികളെയും ഞർക്കീ ലുകളെയും കണ്ടു. പാടത്തിനരികിലെ ഒരു മാവിൽ കുറച്ച്

വാവലുകളും തൂങ്ങിക്കിടക്കുന്നു. വാവലുകൾ പക്ഷിക ളാണോന്ന് ലക്ഷ്മിക്ക് സംശയം.

"വാവലുകൾ പക്ഷികളല്ല. ഇവ ചർമം ഉപയോഗിച്ചാണ് പറക്കുന്നത്. തൂവലുകളുള്ളവയാണ് പക്ഷികൾ." അശ്വ തിക്കുട്ടി പറഞ്ഞു. അത് ശരിയാണെന്ന് ഞാനും സമ്മതി ച്ചു. കണ്ടത്തിലെ ചെളിക്കുണ്ടിൽനിന്ന് ചില തവളകൾ ക്രോ ക്രോ എന്ന് കരഞ്ഞുകൊണ്ട് ഞങ്ങളെ തല ഉയർ ത്തി നോക്കി. പുൽച്ചാടികളും പച്ചക്കുതിരകളും നിറഞ്ഞ പുൽമേടിനരികിലെത്തിയപ്പോൾ ഒരു കീരിയാശാൻ കുറ്റി ക്കരികിലേക്ക് നടന്നു പോകുന്നു. ഞങ്ങൾ പാടവരമ്പത്ത് കുത്തിയിരുന്ന് അതു നോക്കിക്കണ്ടു. കീരികൾ ഇപ്പോൾ

വളരെ അപൂർവമായിരിക്കുന്നു. എന്റെ ചെറുപ്പകാലത്ത് ഈ ഭാഗങ്ങളിലെല്ലാം ധാരാളം കീരികളും കുറുക്കന്മാരും മുയലുകളുമൊക്കെയുണ്ടായിരുന്നു. നമ്മുടെ ശിവരാമൻ വല്യച്ഛനും ഹസ്സൻകുട്ടി മുതലാളിയും കൂടി അന്നൊക്കെ മുയലിനെ പിടിക്കാൻ പോകുമായിരുന്നു. അവർക്കി തൊക്കെ ഒരു രസം. കുറുക്കനെ കാടനെന്നും മുയലിനെ ചെവിയനെന്നുമാണ് അവർ വിളിക്കുക. അഞ്ചും ആറും ചെവിയനെ അവർ വലയിലാക്കി കൊണ്ടുവരും. മിക്ക ദിവ സവും ഹസ്സൻകുട്ടി മുതലാളിയുടെ വീട്ടിലാവും പാച കം. വല്യമ്മയ്ക്ക് ഇറച്ചിയും മീനും കണ്ടുകൂടാ. ശോഭ ചേച്ചിയുള്ള ദിവസമാണെങ്കിൽ അവർ പാചകം ചെയ്തു കൊടുത്തുകൊള്ളും. ശോഭ ചേച്ചിക്ക് നന്നായി ഇറച്ചി ക്കറി വയ്ക്കാനറിയാം. കുളക്കോഴിയെ കൂട്ടത്തോടെ അവർ പിടിച്ചുകൊണ്ടുവരും. ചില കോഴികളെല്ലാം ചത്തുപോ യിരിക്കും. ചത്തജീവികളെ തെക്കേലെ സുകുമാരനു കൊടുക്കും. ചത്തജീവികളെ മുസ്ലിങ്ങളു തിന്നില്ലല്ലോ. അവർക്ക് വേദം ചൊല്ലി അറുക്കണം. സുകുമാരന്റെ വീട്ടു കാർ എലിയേയും ഉടുമ്പുകളേയുമെല്ലാം പിടിച്ചുതിന്നും."

"എങ്ങനെയാണവർ ഈ ജീവികളെയൊക്കെ പിടി

ക്കുക?" ഒരു വേട്ടക്കാരന്റെ മനസോടെ സുമേഷ് ചോദിച്ചു.

"കുളക്കോഴികളെ പിടിക്കാൻ ഒരോണക്കാലത്ത് അവരോടൊപ്പം പോയ ഓർമ എനിക്കുണ്ട്. നല്ല നിലാവുള്ള ഒരു രാത്രിയായിരുന്നു അത്. ശിവരാമൻ വല്യച്ഛനാണ് വലവയ്ക്കുന്നത്. ചപ്പുചവറുകൾ കൂടിക്കിടക്കുന്നിടത്ത് ഒരു കോഴിക്ക് നടന്നുനീങ്ങാനുള്ളത്ര വഴി ഒരുക്കി അതിനിടയിൽ കുടുക്കുവല ഒരുക്കിവയ്ക്കും. കുളക്കോഴികൾ ആ വഴി വന്ന് വലയിൽ കുടുങ്ങും."

"നിങ്ങൾ കുറെയേറെ കുളക്കോഴികളെ പിടിച്ചു കൊന്നോ?" വേദനയോടെ സുമയ്യ ചോദിച്ചു. അശ്വതിക്കുട്ടിക്കും വിഷമം.

"ഞങ്ങൾ മാത്രമായിരുന്നില്ല. നാട്ടുകാരെല്ലാവരും ഇതുപോലെ കെണിവച്ചും വേട്ടയാടിയും നമ്മോടൊത്തു ജീവിച്ചിരുന്ന ഒരുപാട് ജീവികളെ നശിപ്പിച്ചിട്ടുണ്ട്. ഒരിക്കൽ നമ്മുടെ വീട്ടുമുറ്റത്ത് ഒരു ഉടുമ്പ് വന്നിരുന്നു. സുകുമാരനും തേങ്ങാക്കാരൻ ജോർജിന്റെ അച്ഛൻ തോമയും കൂടി അതിനെ ഓടിച്ചിട്ടു തല്ലിച്ചതച്ചു കൊന്നു. അവർ വലിയ വേട്ടക്കാരെപ്പോലെ അതിനെ ഒരു കമ്പിൽ കെട്ടി തോളിൽ തൂക്കി നാട്ടിലെല്ലാം പ്രദർശിപ്പിച്ചു. എന്നിട്ടവരതിനെ കറിവെച്ച് തിന്നിട്ടുണ്ടാവും. ഒരു മരപ്പട്ടിയേയും തൂക്കി അവരിതുപോലെ നടന്നതും എനിക്കോർമയുണ്ട്."

എനിക്ക് ഉടുമ്പിനേയും മരപ്പട്ടിയേയുമൊക്കെ കാണാൻ കൊതിതോന്നുന്നു. അശ്വതിക്കുട്ടി പറഞ്ഞു. അതൊന്നും ഇപ്പോഴീ ഭാഗത്തെങ്ങും കാണാനിടയില്ല. അതിനെയെല്ലാം മനുഷ്യർ നശിപ്പിച്ചില്ലേ.

"ദുഷ്ടൻമാർ." ലക്ഷ്മി പറഞ്ഞു.

"ചേരയെ പിടിച്ചു തിന്നുന്നവരുണ്ടോ?" സുമേഷ് ചോദിച്ചു. അതുകേട്ട് സുമയ്യക്കും ലക്ഷ്മിക്കും കൗതുകം. അവർ സുമേഷിനെ കളിയാക്കുന്ന മട്ടിൽ ഉറക്കെ

ചിരിച്ചു.

"ചേരയെ പിടിച്ചു തിന്നുന്നവർ നമ്മുടെ നാട്ടിലുണ്ടോന്ന് എനിക്കറിയില്ല. ചൈനയിലും, നാഗാലാന്റ് പോലുള്ള നമ്മുടെ ചില സംസ്ഥാനങ്ങളിലും ജീവിക്കുന്ന ചില ഗോത്രവർഗക്കാർ ചേരയേയും പട്ടിയേയുമൊക്കെ പിടിച്ചു ചുട്ടുതിന്നാറുണ്ടെന്ന് ഞാൻ കേട്ടിട്ടുണ്ട്."

കുട്ടികൾക്കെല്ലാം അമ്പരപ്പ്. ലക്ഷ്മി അതുകേട്ട് മുഖം തിരിച്ചു.

"എന്റെ ചെറുപ്പകാലത്ത് തമിഴ്നാട്ടിൽ നിന്ന് ചിലരു വന്ന് ചേരയെ പിടിക്കുമായിരുന്നു. അവർക്കതിനെ തിന്നാനൊന്നുമല്ല, ചേരയുടെ തോലുരിച്ച് വിറ്റ് കാശാക്കാനാണ്."

"ചേരത്തോല് എന്തിനുകൊള്ളാം?"

"ചേരത്തോലുകൊണ്ട് നല്ല ഭംഗിയുള്ള പേഴ്സും ബാഗുകളുമൊക്കെയുണ്ടാക്കും. കർഷകബന്ധുക്കളായ ഈ പാവം ചേരകളെ തോലിനുവേണ്ടി കൊന്നൊടുക്കിയതാണ് ഇവിടെ എലികൾ പെരുകാൻ കാരണം."

"എലികളാണ് പ്ലേഗും എലിപ്പനിയുമൊക്കെ കൊണ്ടുവരുന്നത് അല്ലേ കുഞ്ഞമ്മാവാ" അശ്വതിക്കുട്ടി പറഞ്ഞു.

"ശരിയാണ്."

അവർ പുഞ്ചവരമ്പത്തൂടെ നടന്ന് വടക്കടത്ത് കാവിനരികിലുള്ള അരയാൽത്തറയിൽ എത്തി. ഞങ്ങളാ പഴകിദ്രവിച്ച ആൽത്തറയിൽ ഇരുന്നു.

"പണ്ടുകാലത്ത് എലിയെ പിടിക്കാൻ ഊരാളിമാർ ഇറങ്ങുമായിരുന്നു."

"ഊരാളിമാരോ?" സുമയ്യ ചോദിച്ചു.

"അങ്ങനെ കുറെ മനുഷ്യരിവിടെ ഉണ്ടായിരുന്നു. പാവങ്ങൾ. പട്ടിണികൊണ്ടാണ് ഈ തൊഴിലിന് ഇറങ്ങിത്തിരിക്കുന്നത്. കറുത്തുമെലിഞ്ഞ ആ മനുഷ്യർക്ക് തലയിലൊരു പാളത്തൊപ്പിയും അരയിലൊരു കുറിയ മുണ്ടും കൊച്ചു

പിച്ചാത്തിയും കൈയിലൊരു കമ്പും കാണും. അവർ വീടു വീടാന്തരം കേറിയിറങ്ങി എലികളെ പിടിക്കും. കയ്യാല പോട്ടിലും പറമ്പിലുമുള്ള മാളങ്ങളിൽ ഒളിഞ്ഞിരിക്കുന്ന എലികളെയാണവർ പിടിക്കുന്നത്. എലികൾ ഒളിച്ചിരിക്കുന്ന മാളങ്ങൾ കണ്ടെത്താൻ അവർക്കൊരു പ്രത്യേക കഴിവാണ്. പുനം തുരന്ന് എലികളെ പിടിച്ച് കൊന്നുകൂട്ടിയിടും. ഞങ്ങൾ കുട്ടികളെല്ലാം എലിയെ പിടിക്കുന്നത് കാണാൻ ഊരാളിക്കു ചുറ്റും കൂടി നിൽക്കും. ഊരാളിക്ക് ഭക്ഷണവും മുറുക്കാനും കുറച്ച് നാണയത്തുട്ടുകളും വീട്ടുകാർ നൽകും. ഇപ്പോൾ അത്തരക്കാരൊന്നും നാട്ടിലില്ല.

നമുക്കുചുറ്റും ജീവിക്കുന്ന ഈ ജീവികളൊക്കെ ഒരു തരത്തിലല്ലെങ്കിൽ മറ്റൊരു തരത്തിൽ നമുക്കെല്ലാം ഉപകാരികളാണ്. പക്ഷികൾ നമുക്കെന്തെല്ലാം ഉപകാരങ്ങളാണ് ചെയ്യുന്നത്. അത് പൂക്കളിൽ പരാഗണം നടത്താൻ സഹായിക്കുന്നു. കൃഷിക്ക് ഉപദ്രവം വരുത്തുന്ന കീടങ്ങളെ പിടിച്ചുതിന്നുന്നു. പകരം വളസമ്പുഷ്ടമായ കാഷ്ഠം കൃഷിയുടെ വളർച്ചയ്ക്ക് തിരിച്ചു നൽകുന്നു. അങ്ങനെ ഒത്തിരി ഒത്തിരി ഉപകാരങ്ങൾ. കീരികൾ പാമ്പുകളെ നിയന്ത്രിക്കുന്നു. പാമ്പുകൾ എലികളെ നിയന്ത്രിക്കുന്നു. ഇങ്ങനെ ഒന്നിനോടൊന്നു ബന്ധപ്പെട്ടാണ് പ്രകൃതി എല്ലാം സൃഷ്ടിച്ചിരിക്കുന്നത്. അതിനാൽ ഇവയെയൊക്കെ നശിപ്പിച്ചാൽ നമുക്ക് തന്നെയാണ് ദോഷം. നമുക്കാവശ്യമുള്ളത് മിതമായ തോതിലേ പ്രകൃതിയിൽനിന്ന് എടുക്കാ

വു. ഗാന്ധിജി ഒരിക്കൽ പറഞ്ഞു: 'നമുക്ക് വേണ്ടതെല്ലാം ഈ പ്രകൃതിയിലുണ്ട്. എന്നാൽ ഒരാളിന്റെ അത്യാർത്തിക്കുള്ളത് പ്രകൃതിയിൽ ഉണ്ടാവില്ല.' ഇത് വളരെ ശരിയാണ്. അല്ലേ?"

കുട്ടികളെല്ലാം തല കുലുക്കി സമ്മതിച്ചു.

"കുഞ്ഞമ്മാവാ, ദാ മാനത്തൊരു പരുന്ത്." ആകാശത്ത് വട്ടമിട്ടു പറക്കുന്ന പരുന്തിനെ ചൂണ്ടിക്കാട്ടി അശ്വതിക്കുട്ടി പറഞ്ഞു.

ഞാൻ ബൈനോക്കുലർ വാങ്ങിപ്പരുന്തിനെ നോക്കി. "അതൊരു കൃഷ്ണ പരുന്താണ്, തലയ്ക്കു വെളുപ്പുനിറവും ദേഹത്ത് കാവി പുതപ്പും." ഞാൻ പറഞ്ഞു. കുട്ടികളെല്ലാം പരുന്തിനെയും നോക്കി നിന്നു. ഒരു പൂച്ചക്കുഞ്ഞിന്റെ കരച്ചിൽ കുറ്റിക്കാട്ടിൽനിന്ന് കേൾക്കാം.

"അയ്യോ ദാ ഒരു പൂച്ചക്കുഞ്ഞ്. നമുക്കതിനെ എടുത്ത് വളർത്താം." സുമയ്യ പറഞ്ഞു.

"വേണ്ട, അതിന്റെ അമ്മ അതിനടുത്തെവിടെയെങ്കിലും കാണും. നമ്മൾ മാനത്ത് പറന്നു നടക്കേണ്ടുന്ന പക്ഷികളെയും മറ്റു ജീവികളെയും കൗതുകത്തിനായി വീട്ടിൽ വളർത്താതിരിക്കുന്നതാണ് നല്ലത്. അവ അവയുടെ വന്യമായ പ്രകൃതിയിൽ തന്നെ ജീവിച്ചു കൊള്ളട്ടെ. വീട്ടു

മുറ്റത്ത് വരുമ്പോൾ വേണമെങ്കിൽ നമുക്കതിന് തീറ്റ കൊടുക്കാം. അതുപോരെ?"

"ഞങ്ങളുടെ വീട്ടിൽ ഒരു തത്ത ഉണ്ടായിരുന്നു. വട്ടത്തിലുള്ള ഒരു ഇരുമ്പുകൂട്ടിലായിരുന്നു അതിനെ വളർത്തിയിരുന്നത്. തത്തമ്മേ പൂച്ച പൂച്ച എന്നൊക്കെ അത് പറയുമായിരുന്നു. പാവം, ഒരു മഴയുള്ള ദിവസം അത് തണുത്തു വിറച്ച് ചത്തുപോയി." സുമേഷ് പറഞ്ഞു.

"അതാണ് ഞാൻ പറഞ്ഞത്. തത്തകൾ മാനത്തു പറന്നുതന്നെ ജീവിക്കണം. നമ്മളതിനെ കൂട്ടിൽ പിടിച്ചിടുന്നത് പാവമാണ്."

ഒരു ചൊറിത്തവള കണ്ടത്തിന്റെ വരമ്പിൽ കയറിയിരുന്ന് ഞങ്ങളെ തുറിച്ചുനോക്കി. ലക്ഷ്മിയും സുമേഷും ചൊറിത്തവളയുടെ അരികിലേക്ക് പോകാനായി എണീറ്റുനടന്നു. ഞാൻ പറഞ്ഞു. "ചൊറിത്തവളയുടെ അരികിൽ ആരും പോകരുത്. അതിനെ തൊട്ടാൽ ചൊറിയും."

"അതെന്താ?"

"അതിന്റെ ദേഹത്തുനിന്ന് ഒരുതരം ദ്രവം പുറപ്പെടുന്നുണ്ട്. അത് നമ്മുടെ ദേഹത്ത് പുരണ്ടാൽ ചൊറിയും."

“ഞാൻ തവളക്കാല് പൊരിച്ചത് തിന്നിട്ടുണ്ടല്ലോ.”

“യ്യേ...” സുമയ്യ പറഞ്ഞു.

അശ്വതിക്കുട്ടി ചോദിച്ചു: “എവിടെ നിന്ന്?”

“*അത്തയുടെ കൂടെ പട്ടണത്തിൽ പോയപ്പോൾ.”

“അത് ഈ തവളയല്ല. പച്ചത്തവളയാണ്. പച്ച തവളകളെ മനുഷ്യർ പിടിച്ചു തിന്നുതിന്ന് ഇന്നത് അപൂർവമായിരിക്കുന്നു. പണ്ട് തവളയെ പിടിക്കാൻ പെട്രോമാക്സുമായി നമ്മുടെ കാവിനരികിലൂടെ രാത്രികാലങ്ങളിൽ ആളുകൾ നടന്നുപോകുന്നത് ഞാൻ കണ്ടിട്ടുണ്ട്.”

“ശിവരാമൻ വല്യച്ഛൻ തവളയെ പിടിക്കുമായിരുന്നോ?” അശ്വതിക്കുട്ടി ചോദിച്ചു.

“വല്യച്ഛൻ തവളയെ പിടിക്കാൻ പോയതായി എനിക്കോർമയില്ല.”

“തവളകളുടെ എണ്ണം കുറഞ്ഞതാണ് നമ്മുടെ പുഞ്ചകൃഷിയൊക്കെ നഷ്ടമായത്.

“അതെങ്ങനെയാ?” സുമേഷിന് സംശയം.

“ഒരു തവള എത്ര കീടങ്ങളെയാണ് ഒരുദിവസം പിടിച്ചുതിന്നിരുന്നത്. തവളകളുടെ എണ്ണം കുറഞ്ഞതോടെ കീടങ്ങൾ പെരുകി. നെല്ലെല്ലാം നശിച്ചു.”

“കീടങ്ങളെ നശിപ്പിക്കാൻ നമ്മൾ മരുന്നടിക്കുന്നുണ്ടല്ലോ?”

“അതൊക്കെ കൊടും വിഷമല്ലേ. ആ മരുന്ന് കൃഷിക്ക് ഗുണം ചെയ്യുന്ന ജീവികളെക്കൂടി നശിപ്പിക്കും. കൊടും വിഷം നെല്ലിൽ തളിച്ചതുമൂലം മണ്ണിരകളും മണ്ണിലെ സൂക്ഷ്മജീവികളും ചത്തൊടുങ്ങി. മണ്ണിന് വളക്കൂറില്ലാതായി. അതിന് നമ്മൾ വലിയ വില കൊടുത്ത് രാസവളങ്ങൾ വാങ്ങി ഉപയോഗിച്ചു. അത് മണ്ണിനും നെല്ലിനും

* അത്ത – അച്ഛൻ

ദോഷം വരുത്തി. കൃഷി നഷ്ടമായിത്തീർന്നു. ഇപ്പോൾ പല കണ്ടങ്ങളും കൃഷി ചെയ്യാതെ വെറുതെ കിടക്കുകയല്ലേ. രാസവളത്തിലും കീടനാശിനിയിലും വിളയുന്ന നെല്ലും വിഷമാണ്. അതുതിന്നുന്ന നമുക്കും രോഗം വരും." കുട്ടികൾ കണ്ണുകൾ മിഴിച്ച് അതു കേട്ടിരുന്നു.

"കുഞ്ഞമ്മാവാ, ദേഹത്ത് നിറയെ നിറങ്ങളുള്ള ഒരു കിളി ദാ ആ പുന്നമരത്തിലിരിക്കുന്നു." അശ്വതിക്കുട്ടി ബൈനോക്കുലർ കണ്ണിൽനിന്ന് എടുത്തുകൊണ്ട് പറഞ്ഞു.

ഞാൻ പുന്നമരത്തിനടുത്തേക്ക് നടന്ന് സൂക്ഷിച്ചുനോക്കി. "ശരിയാണ്. ഒരു പഞ്ചവർണക്കിളി. ഈ പക്ഷിയുടെ പേരാണ് പനങ്കാക്ക. പണ്ടൊരിക്കൽ നമ്മുടെ പനയിൽ ഒരു തുളയിട്ട് ഒരു കിളി കൂടൊരുക്കുന്നത് അശ്വതിക്കുട്ടിക്ക് ഞാൻ കാണിച്ചുതന്നത് ഓർമയില്ലേ?" ഓർമയുണ്ടെന്ന ഭാവത്തിൽ അശ്വതിക്കുട്ടി തലകുലുക്കി. ഞങ്ങളുടെ ഇരിപ്പും ഭാവവുമെല്ലാം ആലിന്റെ ഒരു കൊമ്പിലിരുന്ന് ഒരു നത്ത് തുറിച്ചുനോക്കി കാണുന്നുണ്ടായിരുന്നു. ആ നത്തിനെ ആദ്യം കണ്ടത് ലക്ഷ്മിയാണ്.

ലക്ഷ്മി ഭയപ്പാടോടെ സുമയ്യയെ വിളിച്ചു കാണിച്ചു. "ദാ ഒരു മൂങ്ങ."

അതുകേട്ട് ഞാൻ പറഞ്ഞു. "ഇത് മൂങ്ങയല്ല. മൂങ്ങയുടെ ചെറിയ ഇനമായ നത്താണ്. അതിന്റെ തുറിച്ച കണ്ണു കണ്ട് നിങ്ങളാരും ഭയക്കണ്ട. ആളൊരു സാധുവാണ്."

"ഏതിനം നത്താണത്?"

"പുള്ളുനത്ത്."

ഞങ്ങൾ ആലിൻചുവട്ടിൽനിന്ന് എണീറ്റ് നീർപക്ഷികൾ ചേക്കേറിയിരിക്കുന്ന പുളിമരത്തിലും മാവിൻ ചുവട്ടിലും എത്തി. മാവിലകളിലും പുളിമരത്തിലും കിളിയനക്കമുണ്ട്. നിലം നിറയെ പക്ഷിക്കാഷ്ഠം. ദുർഗന്ധം

പുള്ളുനത്ത്

നിറഞ്ഞ അന്തരീക്ഷം. പലരും മൂക്കുപൊത്തിയാണവിടെ നിന്നത്. മാവിലകൾക്കിടയിൽ ഒരു പക്ഷി ഉറക്കം തൂങ്ങിയിരിക്കുന്നു. ഒരു കൊച്ചു കോഴിയോളം വലിപ്പമുണ്ട്. ചിറകുകളിൽ കറുപ്പ് കലർന്ന ചാരനിറം. മാറും വയറും മഞ്ഞ കലർന്ന വെളുപ്പ്. ഇതാണ് പാതിരാക്കൊക്ക്. സുമേഷും സുമയ്യയും തമ്മിൽ ബൈനോക്കുലറിനുവേണ്ടി ഉന്തും തള്ളുമായി. "ഓരോരുത്തരായി പതിയെ നോക്കിക്കണ്ടാൽ മതി. ഇത് ഉടനെയൊന്നും ഇവിടെനിന്ന് പറന്നുപോകില്ല." സുമയ്യ പക്ഷിയെ നോക്കി പറഞ്ഞു. "ഇതിനെ ഞാൻ ആദ്യമായി കാണുകയാണ്." ഈ പക്ഷികൾ രാത്രിയിലാണ് ഇര തേടാൻ പോകുന്നത്. പകൽ ഏതെങ്കിലും മരത്തിലിരുന്ന് ഉറക്കം തൂങ്ങും. രാത്രി ആകാശത്തൂടെ പറന്നു പോകുമ്പോൾ ക്വാക് ക്വാക് എന്ന് നിലവിളിച്ചുകൊണ്ടിരിക്കും. രാത്രിയിൽ ഇര പിടിക്കാൻ ഇറങ്ങുന്നതുകൊണ്ടാവും ഇവയെ പാതിരാക്കൊക്ക് എന്ന് വിളിക്കുന്നത്.

"കുഞ്ഞമ്മാവാ, ദാ ഒരു മുട്ടൻ കൊക്ക്." അശ്വതിക്കുട്ടി പറഞ്ഞു.

"ശരിയാണ്. സാധാരണയിലും നല്ല വലിപ്പമുണ്ട്. ഇത് പെരുംകൊക്കാകുമോ." ഞാൻ ബൈനോക്കുലർ വാങ്ങി ശ്രദ്ധയോടെ അതിനെ നിരീക്ഷിച്ചു.

"മാറത്തും പുറത്തും പീലിരോമങ്ങൾ കുറേശ്ശെ

കിളിർത്തു കിടപ്പുണ്ട്. ഇത് ഇടക്കൊക്കാണ്. നമ്മുടെ നാട്ടിൽ പ്രധാനമായും നാല് തരത്തിലുള്ള കൊക്കാണുള്ളത്. പശുവിനു പിന്നാലെ നടക്കുന്ന ഒരിനം വെള്ള കൊക്കിനെ നിങ്ങൾ കണ്ടിട്ടില്ലേ, മഞ്ഞ ചുണ്ടുകളുള്ള ഈ പക്ഷിയാണ് കാലി കൊക്ക്. കൂടൊരുക്കുന്ന കാലമാകുമ്പോൾ ഇവയെ വേഗം തിരിച്ചറിയാനാകും. മാറത്തും പുറത്തും ഓറഞ്ചുനിറത്തിലുള്ള തൂവലുകൾ കിളിർത്തുവരും. അപ്പോഴീ കൊക്കിനെ കാണാൻ നല്ല അഴകായിരിക്കും. പിന്നീടുള്ള കൊക്കുകളിൽ വലിപ്പം ഒരളവായി കണക്കാക്കിയാൽ ഏറ്റവും വലുത് പെരുംകൊക്ക്, അതിന്റെ ചെറുത് ഇടക്കൊക്ക്, ഏറ്റവും ചെറുത് ചിന്നക്കൊക്ക്. ഇവിടെയിരിക്കുന്നത് ഇടക്കൊക്കാണ്."

അശ്വതിക്കുട്ടി ബൈനോക്കുലർ വാങ്ങി ഇടക്കൊക്കിനെ സൂക്ഷ്മതയോടെ നിരീക്ഷിച്ചു. കൂടു കൂട്ടുന്ന കാലമാകുമ്പോൾ ഈ പക്ഷിയുടെ മുതുകിലും മാറത്തും പീലി രോമങ്ങൾ കിളിർത്തുവരും. പെരുംകൊക്കിനാണെങ്കിൽ

പാതിരാക്കൊക്ക്

മുതുകിൽ മാത്രമേ പീലിരോമങ്ങൾ കാണുകയുള്ളൂ. ചിന്ന ക്കൊക്കിന് മുതുകിലും മാറിലും പീലിരോമങ്ങൾ കാണും. തലയിൽ രണ്ട് നാടതൂവലും കാണും. കിരീടം ചൂടിയ ഒരു രാജകുമാരിയെപ്പോലെ സുന്ദരിയും ശുഭ്രവസ്ത്ര ധാരി യുമാണിവ. ഞങ്ങൾ ഇടക്കൊക്കിനെയും നോക്കി കുറേ നേരം നിന്നു. ഇലകളിളക്കി ഒരു കൂറ്റൻ പക്ഷി പറന്നു യർന്നു.

ഞാൻ വിളിച്ചു പറഞ്ഞു; "അതാ, അതാണ് പെരും കൊക്ക്."

കുട്ടികൾ പെരുംകൊക്ക് പറന്നുയരുന്നത് കൗതുക ത്തോടെ നോക്കിനിന്നു. അപൂർവമായേ പെരുംകൊക്കു കൾ കേരളത്തിൽ കൂടുകൂട്ടുന്നുള്ളൂ. ചിന്നക്കൊക്കുകൾ ഇലപ്പടർപ്പുകളിൽ ഇരുന്ന് ഞങ്ങളെ പാത്തും പതുങ്ങിയും നോക്കുന്നതും ഞങ്ങൾ കണ്ടു. മഴക്കാലത്താണ് വെള്ള രിക്കൊക്കുകൾ കൂടൊരുക്കുന്നത്. അപ്പോൾ ഞാനിവയുടെ പീലി തൂവലുകൾ നിങ്ങൾക്ക് കാണിച്ചുതരാം. നല്ല ഭംഗിയാണ് ഈ തൂവലുകൾക്ക്. പണ്ട് ഈ തൂവലുകൾ തൊപ്പിയിൽ തുന്നി മോടി കൂട്ടിയിരുന്നു. ഇംഗ്ലണ്ടിൽ ഒരു ഔൺസ് തൂവലിനന്ന് 15 പവൻ വരെ വിലയുണ്ടായിരു ന്നുവത്രെ! സൂര്യൻ പടിഞ്ഞാറ് തല ചായ്ച്ചു തുടങ്ങി. ഉത്സവത്തിന്റെ ആരവം അവ്യക്തമായി കേൾക്കാം. ചിലർ പുഞ്ചവരമ്പിലൂടെ അമ്പലപ്പറമ്പിലേക്ക് പോകുന്നതും ചിലർ തിരികെ വരുന്നതും കാണാം. കൊച്ചുകുട്ടികൾ ബലൂൺ പറപ്പിച്ചും ഊത്ത് ഊതിയും പാടത്തൂടെ ഓടി മറയുന്നു. "നിങ്ങൾക്കും ഉത്സവം കാണണ്ടേ?" ഞാൻ ചോദിച്ചു.

"നമുക്ക് പക്ഷികളെ കണ്ടിരിക്കാം." അശ്വതിക്കുട്ടി പറ ഞ്ഞു.

"ഉത്സവം തീർന്നാൽ പിന്നെ അടുത്ത വർഷംവരെ

കാത്തിരിക്കേണ്ടിവരും അതു കാണാൻ. പക്ഷികളെ നമുക്ക് നാളെയും കാണാമല്ലോ." ഞാൻ പറഞ്ഞു.

ഞങ്ങൾ വേഗം പടനിലത്തേക്ക് നടന്നു. ഉത്സവത്തിന് നൂറായിരം ജനം ഞെരുങ്ങി ഞെരുങ്ങി നിൽക്കുന്നു. ഞങ്ങളും ആ ജനക്കൂട്ടത്തിലലിഞ്ഞു ചേർന്നു.

അഞ്ച്

നേരം പരപരാ വെളുത്തപ്പോഴേ ഞാൻ പട്ടണത്തിലേക്ക് പോകാനുള്ള ഒരുക്കങ്ങൾ തുടങ്ങി. പാന്റും ഷർട്ടും തേച്ചുമടക്കി വയ്ക്കുന്നതിനിടയിലാണ് അശ്വതിക്കുട്ടി വന്നു വിളിച്ചത്. "കുഞ്ഞമ്മാവനെ കാണാൻ സുമേഷും ലക്ഷ്മിയും സുമയ്യയും കൂടി മുറ്റത്തു വന്നുനിൽക്കുന്നു." അടുക്കളയിൽ അമ്മ ചോറുവയ്ക്കുന്ന തിരക്കിലാണ്. രാവിലെ കാപ്പിയും ഉച്ചത്തേക്കുള്ള പൊതിച്ചോറും ഒരുക്കണം. അശ്വതിക്കുട്ടിയും അമ്മയെ സഹായിക്കുന്നുണ്ട്. ഞാൻ കോലായിൽ വന്നപ്പോൾ സുമേഷാണ് മുഖവുരയൊന്നും കൂടാതെ നേരെ ചോദ്യമെറിഞ്ഞത്.

"പക്ഷിനിരീക്ഷണം കൊണ്ട് എന്തു ഗുണമാ നമുക്ക് കിട്ടുന്നത്? സുമയ്യ പറയുന്നു. ഇത് വെറുമൊരു ഹോബി മാത്രമാണെന്ന്."

"സുമയ്യ പറഞ്ഞതിലും കാര്യമുണ്ട്. പക്ഷി നിരീക്ഷണം ഒരു തൊഴിലായി സ്വീകരിക്കാനാവില്ല. മറ്റ് തൊഴിൽ കണ്ടെത്തിവേണം ജീവിക്കാനുള്ള കാശ് ഉണ്ടാക്കാൻ. പക്ഷികളെ കാണുന്നതും അവയുടെ ശബ്ദം

സലിം അലി

കേൾക്കുന്നതും ഭംഗി ആസ്വദിക്കുന്നതും നമുക്ക് ആനന്ദിക്കാനാണ്. ഏത് പ്രവൃത്തി ചെയ്യുമ്പോഴും എന്തു ലാഭമുണ്ടെന്ന് മാത്രം ചിന്തിക്കുന്നത് ശരിയാണോ? മനസിന് ആഹ്ലാദിക്കാനും വികസിക്കാനും അവസരം ഒരുക്കണ്ടേ? മനസിന് സന്തോഷം ഉണ്ടെങ്കിൽ ശരീരത്തിനും നല്ല ആരോഗ്യമുണ്ടാവും. സലിം അലിയെപ്പോലെ മഹാന്മാരായ പക്ഷി നിരീക്ഷകർക്ക് പക്ഷിനിരീക്ഷണം അവരുടെ ജീവിതം തന്നെയായിരുന്നു. ആയുസ്സ് മുഴുവൻ അവർ പക്ഷികളുടെ പിന്നാലെ നടന്ന് അവയുടെ ജീവിതരീതികളും അവയെ തിരിച്ചറിയുന്നതിനുള്ള മാർഗങ്ങളും കുറിച്ചുവച്ചു. പുതിയയിനം പക്ഷികളെ നമുക്ക് പരിചയപ്പെടുത്തി. അവർ പക്ഷികളെക്കുറിച്ച് എഴുതിയ പുസ്തകങ്ങൾ വിറ്റുകിട്ടുന്ന കാശിന്റെ ഒരു വിഹിതം അവർക്കും ലഭിക്കും. ആ പണം കൊണ്ടാണവർ ജീവിച്ചത്. സലിം അലി പക്ഷി നിരീക്ഷകനായ കഥ നിങ്ങൾക്കറിയോ?" അറിയില്ലാത്തവർ തലയാട്ടി.

അടുക്കളയിൽനിന്ന് അശ്വതിക്കുട്ടിയും കഥ കേൾക്കാനായി കോലായിലേക്ക് വന്നു.

"സലിം അലി കുലീനമായ ഒരു കുടുംബത്തിലാണ് ജനിച്ചത്. കുതിരലായവും എട്ടുകെട്ടുമൊക്കെയുള്ള ഒരു പുരാതന കുടുംബം. അക്കാലത്ത് അത്തരം കുടുംബങ്ങളിൽ ജനിക്കുന്നവരെല്ലാം പക്ഷി–മൃഗാദികളെ വേട്ടയാടുന്നത് തങ്ങളുടെ കുടുംബമഹത്വമായി കരുതി പോന്നിരുന്നു. അവരുടെ ഇടയിലുള്ള മറ്റുള്ളവരെപ്പോലെ തന്നെ

സലിം അലിക്കും പക്ഷി നിരീക്ഷണത്തിലായിരുന്നില്ല കമ്പം. പക്ഷിവേട്ടയിലായിരുന്നു. ഒരിക്കൽ സലിം അലിയും കൂട്ടുകാരും ചേർന്ന് വെടിവച്ചിട്ട ഒരു കുരുവിയുടെ കഴുത്തിൽ ഒരു മറുകു കണ്ടു. ഇത് കുരുവി തന്നെയാണോ എന്നവർക്ക് സംശയം. കുരുവിയാണെങ്കിൽ മുസ്ലിങ്ങൾക്കു ഭക്ഷിക്കാം. മതനിയമപ്രകാരം ഭക്ഷിക്കാൻ പാടില്ലാത്ത പക്ഷിയാണോ ഇതെന്നറിയാനായി അവർ അമ്മാവനായ തയ്യാബ്ജിയുടെ അരികിൽ ചെന്നു. വലിയ വേട്ടപ്രിയനായിരുന്ന അദ്ദേഹത്തിനും അവരെ സഹായിക്കാനായില്ല. അദ്ദേഹം സലിം അലിയോട് പക്ഷിയേയും തൂക്കി ബോംബെ നാചറൽ ഹിസ്റ്ററി സൊസൈറ്റിയിൽ പോയി അന്വേഷിക്കാൻ പറഞ്ഞു. അങ്ങനെ വേട്ടയാടിയ പക്ഷിയേയും കൊണ്ട് ബോംബെ നാചറൽ ഹിസ്റ്ററി സൊസൈറ്റിയുടെ പടി കടന്നുചെന്ന ആ പയ്യനാണ് ലോകപ്രശസ്ത പക്ഷി നിരീക്ഷകനും പ്രകൃതി സ്നേഹിയുമായി പിന്നീടു മാറിയത്! താൻ വെടിവച്ചിട്ട പക്ഷിയാണ് തന്റെ ജീവിതം തന്നെ മാറ്റിമറിച്ചത്. അതുകൊണ്ടാവാം അദ്ദേഹം തന്റെ ആത്മകഥയ്ക്ക് *കുരുവിയുടെ പതനം* എന്ന് നാമകരണം ചെയ്തത്. പക്ഷിനിരീക്ഷണവുമായി മുന്നോട്ടുപോയി നിങ്ങൾക്കും സലിം അലിയെപ്പോലെ പ്രശസ്തനാകാവുന്നതേയുള്ളൂ.” ഞാൻ പറഞ്ഞു.

അതുകേട്ട് കുട്ടികളെല്ലാം ചിരിച്ചു. ഗാലപേ ഗോസ്ദ്വീപ സമൂഹങ്ങളിൽ ചിലതരം പക്ഷികളെ നിരീക്ഷിച്ചു കൊണ്ടിരിക്കുമ്പോഴാണ് ജന്തുശാസ്ത്രത്തിന്റെ ഗതിയെ തിരിച്ചുവിട്ട പരിണാമ സിദ്ധാന്തം ചാൾസ് ഡാർവിന്റെ തലയിലുദിച്ചത്. റേച്ചൽ കഴ്സനു ഡി ഡി റ്റി പോലെയുള്ള മാരകമായ കീടനാശിനിയുടെ ദൂഷ്യങ്ങൾ തിരിച്ചറിയാനിടയാക്കിയതും പക്ഷിനിരീക്ഷണമാണ്. *നിശ്ശബ്ദ വസന്തം* പുസ്തകം എഴുതാൻ ഇത് അവരെ പ്രേരിപ്പിക്കുകയും

ചെയ്തു. അമ്മ കാപ്പി കൊണ്ടുവച്ചു വിളിക്കുന്നു. ഞാൻ മുറിക്കുള്ളിലേക്ക് നടന്നുകൊണ്ട് പറഞ്ഞു: "ബാക്കി കാര്യങ്ങളൊക്കെ അടുത്ത വരവിന് പറഞ്ഞുതരാം." അവർ കോലായിലിരുന്നു. ഞാൻ ബാഗും തൂക്കി മുറ്റത്തിറങ്ങിയപ്പോൾ കുട്ടികളെല്ലാം എന്റെ പിന്നാലെ പടിപ്പുരയും കടന്ന് കാവിനടുത്തുവരെ വന്നു. ഞാൻ അവരോട് യാത്ര പറഞ്ഞ് കണ്ടത്തിന്റെ വരമ്പിലൂടെ അതിവേഗം നടന്നു. കുറെദൂരം ചെന്ന് ഞാൻ തിരിഞ്ഞു നോക്കുമ്പോൾ കുട്ടികളെല്ലാം കൂടി കാവിനുള്ളിലേക്ക് കണ്ണുംനട്ട് അവിടെ പമ്മി നിൽക്കുന്നു. അകത്തിരുന്ന് ചിറകുള്ള വല്ല സുന്ദരിയും അനങ്ങുന്നുണ്ടോന്നറിയാനാവും.